கேங்டாக்கில் வந்த கஷ்டம்

கேன்டாக்கில் வந்த கார்டம்

சத்யஜித் ரே

தமிழில் : வீ.பா. கணேசன்

GANGTOKIL VANDHA KASHTAM (In Tamil)

Satyajit Ray

In Tamil: **V.B.Ganesan**

First Edition: November, 2013

Originally Published under the Title *Gangtokey Gandogol* (Bengali)   Published by: Desh - 1970

Published by

BOOKS FOR CHILDREN

im print of Bharathi Puthakalayam

7, Elango Salai, Teynampet, Chennai - 600 018

Email: thamizhbooks@gmail.com | www.thamizhbooks.com

கேங்டாக்கில் வந்த கஷ்டம்

சத்யஜித் ரே

தமிழில் : வீ.பா. கணேசன்

முதல் பதிப்பு: நவம்பர், 2013

வெளியீடு:

புக்ஸ் ஃபார் சில்ரன்

பாரதி புத்தகாலயத்தின் ஓர் அங்கம்

7, இளங்கோ சாலை, தேனாம்பேட்டை, சென்னை - 600 018

தொலைபேசி : 044 24332424,   24332924, 24356935

விற்பனை உரிமை

7, இளங்கோ சாலை, தேனாம்பேட்டை, சென்னை - 600 018

விற்பனை மையம்

திருவல்லிக்கேணி: 48, தேரடி தெரு

வடபழனி: பேருந்து நிலையம் எதிரில் அடையார் ஆனந்தபவன் மாடியில்

பெரம்பூர்: 52, கூக்ஸ் ரோடு | **ஈரோடு:** 39, ஸ்டேட் பாங்க் சாலை

திண்டுக்கல்: 3சி18, எல்.ஜி.பி. காம்பவுண்ட் | **நாகை:** 1, ஆரியபத்திரபிள்ளை தெரு

திருப்பூர்: 447, அவினாசி சாலை | **திருவாளூர்:** 35, நேதாஜி சாலை

சேலம்: பாலம் 35. அத்வைத ஆஸ்ரமம் சாலை, | **சேலம்:** 15, வித்யாலயா சாலை

மயிலாடுதுறை: ரசாக் டவர், 1/,கச்சேரி சாலை | **மதுரை:** 37A, பெரியார் பேருந்து நிலையம்

அருப்புக்கோட்டை: 31, அகமுடையார் மகால் | **மதுரை:** சர்வோதயா மெயின்ரோடு,

குன்னூர்: N.K.N வணிகவளாகம் பெட்போர்ட் | **செங்கற்பட்டு:** 1டி., ஜி.எஸ்.டி சாலை

விழுப்புரம்: 26/1, பவானி தெரு | **சிதம்பரம்:** 22A/ 188 தேரடி கடைத் தெரு, கீழவீதி அருகில்

விருதுநகர்: 131, கச்சேரி சாலை | **கும்பகோணம்:** 352, பச்சையப்பன் தெரு

நெய்வேலி: பேருந்து நிலையம் அருகில் | **வேலூர்:** S.P. Plaza 264, பேஸ் II , சத்துவாச்சாரி

விருதாசலம்: 511A, ஆலடி ரோடு | **தஞ்சாவூர்:** காந்திஜி வணிக வளாகம் காந்திஜி சாலை

தேனி: 12,பி, மீனாட்சி அம்மாள் சந்து, இடமால் தெரு | **பழனி:** பேருந்து நிலையம்

கோவை: 77, மசக்காளிபாளையம் ரோடு, மீளமேடு | **திருவண்ணாமலை:** முத்தம்மாள் நகர்

திருச்சி: வெண்மணி இல்லம், களூர் புறவழிச்சாலை | **திருநெல்வேலி:** 25A, ராஜேந்திரநகர்

நாகர்கோவில்: கேவ் தெரு, டோத்தி பள்ளி ஜங்ஷன்

ஃபெலுடா கதைகள்

சத்யஜித் ரேயின் திரைப்படங்களைப் போலவே அவரது எழுத்துகளும் உலகப் புகழ்பெற்றவை. அவரது கலை மேதைமையை வெளிப்படுத்துபவை. ரேயின் பிரசித்தமான படைப்புகளில் ஒன்று ஃபெலுடா வரிசை கதைகள். இந்தத் துப்பறியும் கதைகளில் வெளிப்படும் அவருடைய எழுத்தின் வேகமும் சீற்றமும் பிரமிப்பூட்டக்கூடியது.

சிறுவயது முதல் துப்பறியும் கதைகள் மீது சத்யஜித் ரேக்கு மிகுந்த ஆர்வம் இருந்து வந்திருக்கிறது. பள்ளிக்கூட நாள்களிலேயே ஷெர்லக் ஹோம்ஸ் கதைகள் முழுவதும் படித்திருக்கிறார். ஒருவகையில் இந்த ஆர்வம்தான் வங்காள இலக்கியத்தின் ஷெர்லக் ஹோம்ஸ் என்று அழைக்கப்பட்ட, ஃபெலுடா கதாபாத்திரம் உருவாவதற்குக் காரணமாக இருந்தது.

ஃபெலுடா கதைகள் அனைத்தும் சத்யஜித் ரே நடத்திய 'சந்தேஷ்' சிறுவர்கள் பத்திரிகையில்தான் முதலில் வெளியானது. ரேயின் அப்பா வழி தாத்தா உபேந்திர கிஷோர் ரேயினால் தொடங்கப்பட்டது 'சந்தேஷ்' பத்திரிகை. அவரது காலத்துக்குப் பிறகு ரேயின் தந்தை சுகுமார் ரே இப்பத்திரிகையை நடத்தினார். ஆனால், பொருளாதார இழப்புகள் காரணமாகத் தொடர்ந்து நடத்த முடியாமல் இடையிலேயே நிறுத்திவிட்டார். சத்யஜித் ரே, மீண்டும் 1961ம் வருடம் 'சந்தேஷ்' பத்திரிகையைத் தொடங்கி, தன் இறுதிக்காலம் வரைக்கும் நடத்தினார். ஃபெலுடா என்ற கதாபாத்திரத்தை உருவாக்கி, 'சந்தேஷில்' தொடர்ந்து துப்பறியும் கதைகள் எழுதினார்.

முதல் ஃபெலுடா கதை 'டார்ஜீலிங்கில் ஓர் அபாயம்' 1965ம் வருடம் வெளியானது. அப்பொழுது, தொடர்ந்து ஃபெலுடா கதைகள் எழுதும் திட்டம் எதுவும் ரேயிடம் இல்லை. ஆனால், 'டார்ஜீலிங்கில் ஓர் அபாயம்' கதைக்கு வங்காள வாசகர்கள் மத்தியில் கிடைத்த உற்சாக வரவேற்பு, அவரை தொடர்ந்து எழுதத் தூண்டியது. ரே, மொத்தம் 35 ஃபெலுடா கதைகள்

எழுதியுள்ளார். இதில் 34 கதைகள் அவரது ஆயுள் காலத்தில் வெளியானது. கடைசிக் கதையான 'மாய உலகின் மர்மம்' ரேயின் மறைவுக்குப் பிறகு 1995ம் வருடம் வெளிவந்தது.

துப்பறியும் நிபுணரான ஃபெலுடாவும், அவரது ஒன்றுவிட்ட சகோதரன் தபேஷும் தான் இக்கதைகளின் பிரதான பாத்திரங்கள். தபேஷ் சொல்வது போல கதைகளை எழுதியுள்ளார் ரே. 'தங்கக் கோட்டை' என்ற கதையிலிருந்து துவங்கி, வங்க மொழியில் ஜனரஞ்சகமான மர்மக்கதை எழுத்தாளராகப் புகழ்பெற்ற 'ஜடாயு' என்ற புனைபெயர் கொண்ட லால்மோகன் கங்குலி என்ற கதாபாத்திரம் இந்த இருவரோடும் இணைந்து கொள்கிறது. அவரது முக்கியமான சிறுவர் திரைப்படங்களான 'ஜாய் பாபா பெலுநாத்', 'சோனார் கெல்லா' ஆகியவை முறையே 'பிள்ளை யாருக்கு பின்னே ஒரு மர்மம்', 'தங்கக் கோட்டை' ஆகிய ஃபெலுடா கதைகளை அடிப்படையாகக் கொண்டு எடுக்கப் பட்டவைதான். ரேயின் மகன் சந்தீப் ரேயும் சில ஃபெலுடா கதைகளைத் திரைப்படமாக எடுத்துள்ளார்.

சிறுவர்களுக்காகவும் இளைஞர்களுக்காகவும்தான் ஃபெலுடா வரிசை கதைகளை சத்யஜித் ரே எழுதினார். என்றாலும், பெரியவர்களும் இக்கதைகளை விரும்பிப் படிக்கிறார்கள். வக்கிர உணர்வுகளைத் தூண்டும் துப்பறியும் கதைகளுக்கு மத்தியில், நாகரிகமான ஃபெலுடா கதைகள், துப்பறியும் கதைகளுக்கு ஓர் இலக்கிய அந்தஸ்தை வழங்குகின்றன.

ஆசிரியர்

சத்யஜித் ரே (மே 2, 1921-ஏப்ரல் 23, 1992) இருபதாம் நூற்றாண்டின் மிக முக்கியமான திரைப்பட இயக்குநர்களில் ஒருவர். ஓவியராக வாழ்க்கையைத் தொடங்கிய ரே, மொத்தம் 37 திரைப்படங்களையும், ஏராளமான ஆவணப்படங்களையும் இயக்கியிருக்கிறார். சத்யஜித் ரேயின் முதல் திரைப்படம், 'பதேர் பாஞ்சாலி பதினொரு சர்வதேச விருதுகளைப் பெற்றது. 1992ல் ரேவிற்கு வாழ்நாள் சாதனைகளுக்கான ஆஸ்கர் விருது வழங்கப்பட்டது. ரே, ஒரு புகழ்பெற்ற எழுத்தாளரும் கூட. குழந்தைகளுக்காகவும் இளைஞர்களுக்காகவும் நிறைய எழுதியிருக்கிறார். அவரது பன்முகத் திறமையில் ஒரு சிறு பகுதி இந்த எழுத்துக்களில் பிரதிபலிக்கிறது என்றே கூறலாம்.

மொழிபெயர்ப்பாளர்

வீ. பா. கணேசன் 35 ஆண்டுகளாக மொழிபெயர்ப்புப் பணியில் ஈடுபட்டு வருபவர். ஆங்கிலம், தமிழ் இரு மொழிகளிலும் எழுதுபவர். சத்யஜித் ரேயுடன் நேரடியாகப் பழகியவர். சென்னையில் இருந்த மேற்கு வங்க தகவல் நிலையத்தில் உதவி இயக்குநராக இருந்து விருப்ப ஓய்வுபெற்று, தற்போது 'ஹிந்து' நாளிதழின் இணையதளப்பிரிவில் மூத்த உதவி ஆசிரியராகப் பணிபுரியும் கணேசன், வங்காள மொழி நன்கறிந்தவர்.

ஒரு பின்னோட்டம்

முகவை மாவட்டத்தின் சின்னஞ்சிறு கிராமங்களில் உலகப் புகழ்பெற்ற திரைப்படங்களை திரையிட்டு மாற்றுத் திரைப்பட ரசனையை உருவாக்கி வந்தவர் 'குன்னாம் குன்னாம் குர்' அமைப்பின் தலைவர் செல்வம். சிறுவர்களுக்கென புத்தக வெளியீடு என்ற அவரது தாகத்தின் ஒரு பகுதியாக சத்யஜித் ரேயின் ஜெய் பாபா ஃபெலுநாத் என்ற திரைப்படத்தின் மூலக் கதையை தமிழில் கொண்டு வர விரும்பி என்னை அணுகினார்.

சத்யஜித் ரே குடும்பத்துடன் எனக்கு ஏற்கனவே அறிமுகம் இருந்ததால் தமிழ் மொழிபெயர்ப்பிற்கான அனுமதி எளிதாகவே கிடைத்தது. பணி முடிந்த நேரத்திலோ அதை நூல்வடிவில் கொண்டு வரும் நிதியில்லா நிலையை செல்வம் சந்திக்க நேர்ந்தது. கிழக்கு பதிப்பகத்தின் பத்ரி சேஷாத்ரியை அணுகிய போது, ஃபெலுடா வரிசை கதைகளில் நடுவில் ஒன்றை மட்டும் வெளியிடுவதை விட அனைத்துக்கதைகளையும் கால வரிசையின் அடிப்படையில் சத்யஜித் ரேயின் ஆளுமையை தமிழ் வாசகர்களிடம் கொண்டு செல்வது பொருத்தமாக இருக்கும் என்று ஆலோசனை கூறினார்.

அதன்படியே ஃபெலுடா வரிசை கதைகள் அனைத்தையும் தமிழில் மொழிபெயர்க்கும் உரிமையை சத்யஜித் ரே குடும்பத்தாரிடம் பெற்று முதல் 19 நூல்களை மொழி பெயர்த்து கிழக்கு பதிப்பகத்திடம் வழங்கினேன். அதில் முதல் 9 நூல்களா மட்டுமே அவர்களால் வெளியிட முடிந்தது. 4 ஆண்டுகால மௌனத்திற்குப் பிறகு பாரதி புத்தகாலய நிர்வாகி அவரது சிறுவர் வெளியீட்டு பிரிவில் மீண்டும் முழுமையாகக் கொண்டு வரலாம் என ஆலோசனை வழங்கினார். அதன்படி இப்போது முதல் 20 நூல்கள் உங்கள் கைகளில்.

சத்யஜித் ரேயின் பன்முக ஆளுமையை தமிழுக்கு அறிமுகம் செய்ய விரும்பிய 'குன்னாம் குன்னாம்குர்' அமைப்பின் தலைவர் செல்வம், அதை முழுமையாக கொண்டு செல்ல வேண்டும் என்ற உந்துதலை உருவாக்கிய கிழக்கு பதிப்பக நிறுவனர் பத்ரி சேஷாத்ரி, அவரது உதவியாளர் மருதன், இந்த முயற்சியை மீண்டும் உயிர்ப்பித்து அடுத்த கட்டத்திற்கு முன்னேற்றியுள்ள பாரதி புத்தகாலய தோழர்கள் மற்றும் அனைவரையும் இத்தருணத்தில் நினைவு கூர்ந்து நன்றி பாராட்டுகிறேன்.

வீ. பா. கணேசன்

சில்க் ரிப்பன்களைப் போல் அங்குமிங்குமாக ஓடிக் கொண்டிருந்த நதிகளையும், சின்னஞ் சிறிய வீடுகளைக் கொண்ட அழகான சிறு கிராமங்களையும், மஞ்சள் நிற பூமியையும் சிறிது நேரத்துக்கு முன்பு வரைக்கும்கூட ஜன்னல் வழியாகப் பார்க்க முடிந்தது. ஆனால், இப்போதோ பழுப்பு நிற மேகக் கற்றைகள் அந்த காட்சியை முற்றிலுமாக மறைத்துவிட்டன. எனவே நான், ஜன்னலில் இருந்து என் பார்வையை விலக்கி, விமானத்தில் இருந்த இதர பயணிகளைப் பார்க்கத் தொடங்கினேன்.

எனது பக்கத்தில் அமர்ந்திருந்த ஃபெலுடா விண்வெளி பயணம் குறித்த ஒரு புத்தகத்தில் மூழ்கியிருந்தார். அவர் நிறைய படிப்பார் என்று தெரியும். ஆனாலும், ஒரே விஷயத்தைப் பற்றிய இரண்டு புத்தகங்களைத் தொடர்ச்சியாகப் படித்து நான் பார்த்ததே இல்லை. அதுவும் ஒன்றன் பின் ஒன்றாக. டக்லா மக்கான் பாலை வனம் குறித்த புத்தகத்தை நேற்றுதான் வீட்டில் படித்துக் கொண்டிருந்தார். அதற்கு முன்பு, பன்னாட்டு உணவு வகைகளைப் பற்றிய புத்தகத்தையும் சிறுகதைகள் தொகுப்பு ஒன்றையும் படித்திருந்தார். ஒரு துப்பறியும் நிபுணர், எவ்வளவு சாத்தியமோ அவ்வளவு பொது அறிவை வளர்த்துக்கொள்வது மிகவும் அவசியம் என்று அவர் அடிக்கடி சொல்லுவார். என்றாவது ஒருநாள் அந்த அறிவு பயன்படாமலா போய்விடும்?

எனக்கு நேர் எதிரில் இரண்டு பேர் அமர்ந்திருந்தனர். ஒருவரை லேசாகத்தான் பார்க்க முடிந்தது. அவரது வலது கையும், அவர் அணிந்திருந்த நீலநிற கால்சட்டையின் ஒரு பகுதியும்தான் எனக்குத் தெரிந்தது. அவரது ஒரு விரல், அவரது கால் முட்டியின் மேல் தாளம் போட்டுக் கொண்டிருந்தது. அவர் அமைதியாகப்

பாடிக்கொண்டும்கூட இருக்கலாம். எங்களுக்கு நெருக்கமாக அமர்ந்திருந்த மற்றொரு நபர் தெளிவானவராகவும் நாகரிகமான வராகவும் தோன்றினார். முடி நரைக்கத் தொடங்கி இருப்பதைப் பார்த்து, அவர் நாற்பதுகளின் நடுப்பகுதியில் இருக்கலாம் என நினைத்தேன். இருந்தாலும், அவர் திடகாத்திரமான உடற்கட்டுடன் இருப்பதாகவே தோன்றியது. ஆழ்ந்த கவனத்துடன் அவர் 'ஸ்டேட்ஸ்மென்' பத்திரிகையைப் படித்துக் கொண்டிருந்தார். நான் பெரிய முயற்சி செய்தும்கூட, என்னால் அவரைப் பற்றி இதற்கு மேல் யோசிக்க முடியவில்லை. ஃபெலுடாவால் அவரைப் பற்றி ஏராளமாக ஊகித்திருக்க முடியும்.

'வாயைத் திறந்துகொண்டு என்ன பார்க்கிறாய்?' என அடித் தொண்டையில் ஃபெலுடா, என்னைக் கேட்டபோது எனக்குத் தூக்கிவாரிப் போட்டது. பிறகு, அந்த நபரை ஒரக்கண்ணால் நோட்டம் விட்டுவிட்டுச் சொன்னார்: 'தோன்றுவது போல அவர் ஒன்றும் குண்டல்ல. என்ன இருந்தாலும் நிறையத்தான் சாப்பிடுகிறார், இல்லையா?'

'ஆமாம்; அது உண்மைதான். கடந்த ஒரு மணி நேரத்துக்குள் இரண்டு முறை விமானப் பணிப்பெண்ணிடம் அவர் தேநீர் கேட்டது நினைவுக்கு வந்தது. மேலும், அரை டஜன் பிஸ்கட்டுகளையும் காலி செய்திருப்பார்.'

'அவரைப் பற்றி வேறு என்னென்ன உங்களால் சொல்லமுடியும்? நான் ஆவலுடன் கேட்டேன்.

'விமானத்தில் பயணம் செய்வது அவருக்கு வழக்கமானதாக இருக்கும்.'

'உங்களுக்கு எப்படித் தெரியும்?'

'சில நிமிடங்களுக்கு முன்னால் ஒரு காற்றழுத்த பகுதிக்குள் நமது விமானம் சென்றது, உனக்கு நினைவிருக்கிறதா?'

'ஆமாம். ரொம்பவும் வித்தியாசமாகத் தெரிந்தது. எனக்கு வயிறு பிசையத் தொடங்கியது.'

'நீ மட்டும் அல்ல, இங்கிருப்பவர்களில் நிறையப் பேர் கொஞ்சம் அலுங்கி குலுங்கித்தான் போனார்கள். ஆனால் அவர் மட்டும், பேப்பரிலிருந்து கண்களைக்கூட நகர்த்தாமல் அப்படியே இருந்தார்.'

'வேறு ஏதாவது?'

'அவரது பின்பக்க தலைமுடி கொஞ்சம் கலைந்திருக்கிறது.'

'அதனால் என்ன?'

'விமானத்தில் ஒரு தடவைகூட சீட்டில் அவர் தலை சாய்க்க வில்லை. பயணம் முழுவதும் நேராக நிமிர்ந்துதான் உட்கார்ந்து இருக்கிறார். படிக்கும்போதும் சரி, தேநீர் குடிக்கும்போதும் சரி நேராக நிமிர்ந்துதான் இருக்கிறார். எனவே, டம்டம் விமான நிலையயத்தில்தான்...'

'ஓ, அப்படியா! எனக்குப் புரிந்துவிட்டது. டம்டம் விமான நிலையத்தில் சிறிது ஓய்வு எடுக்க அவருக்கு நேரம் இருந்திருக்க வேண்டும். குறைந்தபட்சம், கொஞ்ச நேரம் சோபாவில் அமர்ந்து தலை சாய்த்துக்கொள்ளவாவது வாய்ப்பு கிடைத்திருக்கலாம். அப்படித்தான் அவரது தலைமுடி கலைந்திருக்கக் கூடும்.'

'ரொம்ப நல்லது. இந்தியாவின் எந்தப் பகுதியில் இருந்து அவர் வருகிறார் என்று உன்னால் சொல்ல முடியுமா?'

'அது ரொம்ப கஷ்டம் ஃபெலுடா. அவர் கோட், சூட் போட்டிருக்கிறார்; ஆங்கில தினசரி படிக்கிறார். அவர் ஒரு வங்காளியாகவோ, பஞ்சாபியாகவோ, குஜராத்தியாகவோ அல்லது மராத்தியராகவோ, ஏன் எந்த மாநிலத்தவராகவும் இருக்கலாம்!'

அதை ஏற்காதது போல், நாக்கால் சப்புக் கொட்டிக்கொண்டே ஃபெலுடா சொன்னார்: 'நன்றாக கவனிக்காமல் இருந்தால் எப்பொழுதுமே கற்றுக்கொள்ள முடியாது, இல்லையா? அவரது வலது கையில் என்ன இருக்கிறது?'

'ஒரு பத்தி... இல்லையில்லை. நீங்கள் என்ன சொல்கிறீர்கள் என்று புரிகிறது. அவர் ஒரு மோதிரம் அணிந்திருக்கிறார்.'

'அந்த மோதிரம் என்ன சொல்கிறது?'

அதைத் தெளிவாகப் பார்ப்பதற்காக என் கண்களை இடுக்கிக் கொள்ள வேண்டியிருந்தது. பிறகு, அந்தத் தங்க மோதிரத்தின் நடுவே ஒரு வார்த்தை செதுக்கப்பட்டிருப்பதை நான் பார்த்தேன். 'மா'. நிச்சயம் அவர் ஒரு வங்காளியாகத்தான் இருக்கவேண்டும்.

இதர பயணிகளைப் பற்றியும் ஃபெலுடாவிடம் கேட்க விரும்பி னேன். ஆனால், அந்தத் தருணத்தில் நாங்கள் பக்டோாக்ராவை அடைய இருக்கிறோம் என்ற அறிவிப்பு வந்தது. 'உங்கள் இருக்கை பெல்ட்டுகளை அணிந்து கொள்ளுங்கள். புகைபிடிப்பதை தவிர்க்கவும்.'

சிக்கிம் மாநிலத்தின் தலைநகரான கேங்டாக்குக்கு நாங்கள் போாய்க் கொண்டிருந்தோம். ஏற்கெனவே, கோடை விடுமுறையைக்

கழித்திருந்த டார்ஜிலிங்குக்கு நாங்கள் சென்றிருக்கலாம்தான். ஆனால், இறுதிநேரத்தில் ஃபெலுடா கேண்டாக்குக்குப் போகலாம் என்று கூறினார். அதுவும் எனக்கு விருப்பமாகத்தான் இருந்தது. அப்பாவுக்கு பெங்களூருக்குப் போக வேண்டியது இருந்தது. எனவே, அவரால் எங்களுடன் வர இயலவில்லை. 'நீயும் ஃபெலுடாவும் தனியாகவே சென்று வாருங்கள்' என்றார் அப்பா. 'ஃபெலுடாவால் ஓரிரு வாரங்கள் விடுமுறை எடுத்துக்கொள்ள முடியும் என்று நினைக்கிறேன். கல்கத்தாவின் சுட்டெரிக்கும் வெயிலில் உனது விடுமுறையை வீணடிக்காதே' என்றார் அவர்.

சமீபத்தில் திபெத்தை பற்றி நிறைய படித்ததால், ஒருவேளை ஃபெலுடா கேண்டாக் போகலாம் என்று கூறியிருக்கலாம். ஸ்வென் ஹெடின் எழுதிய பயண நூலை நானும் படித்திருக்கிறேன். திபெத் நாகரிகத்தின் செல்வாக்கு சிக்கிமில் அதிகமாகவே இருந்தது. சிக்கிம் நாட்டின் மன்னர் ஒரு திபெத்தியர்; சிக்கிமில் உள்ள பௌத்த கோயில்களில் திபெத்திய துறவிகளைப் பார்க்கலாம்; சிக்கிம் கிராமங்களில் ஏராளமான திபெத்திய அகதிகள் வசித்து வந்தனர். மேலும் இசை, நாட்டியம், உடை, உணவு என திபெத்திய கலாசாரத்தின் பல அம்சங்களையும் சிக்கிமில் காணலாம். எனவே, கேண்டாக்குக்குப் போகலாம் என்றதும் நான் உடனே ஒப்புக்கொண்டேன். எப்படி இருந்தாலும், ஃபெலுடாவுடன் இருப்பதென்றால் உலகத்தின் எந்த மூலைக்குச் செல்லவும் நான் தயாராகவே இருந்திருப்பேன்.

எங்கள் விமானம் காலையில் 7.30 மணிக்கு பக்டோக்ரா விமான நிலையத்தில் இறங்கியது. இங்கிருந்து எங்களை அழைத்துச் செல்வதற்காக அப்பா ஒரு ஜீப் ஏற்பாடு செய்திருந்தார். அதில் ஏறுவதற்கு முன்பு, காலை சிற்றுண்டிக்காக விமான நிலையத்தில் இருந்த ஓர் உணவு விடுதிக்குச் சென்றோம். நாங்கள் கேண்டாக் சென்றடைய இன்னும் குறைந்தது ஆறு மணி நேரமாவது ஆகும். சாலை மோசமாக இருக்குமானால் அதற்கு மேலும்கூட ஆகலாம். இது ஏப்ரல் மாதத்தின் நடுப்பகுதியாக இருப்பதால், இன்னும் கடும் மழை பெய்யத் தொடங்கியிருக்காது என்று நம்பினோம். எனவே, சாலைகளும் நல்ல நிலையில்தான் இருக்கக்கூடும்.

நான் ஒரு ஆம்லெட் சாப்பிட்டு விட்டு, வறுத்த மீனை சாப்பிடத் தொடங்கிய நேரத்தில்தான், அடுத்த மேஜையில் அமர்ந்திருந்த அந்த மனிதர் எழுந்து எங்களை நோக்கி புன்னகைத்தவாறே நடந்து வந்தார். ஒரு கைக்குட்டையால்

வாயைத் துடைத்துக்கொண்டே அவர் கேட்டார்: 'நீங்கள் காங்கா, டாங்கா அல்லது கேங்கா?'

வாய்க்கு சிறிது தூரத்தில் வறுத்த மீன் துண்டைப் பிடித்தவாறே நான் திகைத்துப்போய் நின்றேன். என்ன மொழி பேசுகிறார் அவர்? இதற்கு என்ன பொருள், அல்லது இது சங்கேத வார்த்தைகளா?

ஆனால், ஃபெலுடா புன்னகைத்து உடனடியாக அதற்கு பதிலளித்தார். 'நாங்கள் கேங்க்.'

'ஓ! நல்லது. உங்களிடம் ஜீப் இருக்கிறதா? அதாவது, உங்களிடம் ஜீப் இருந்தால் நானும் வரலாமா? என் பங்கைக் கொடுத்துவிடுவேன்.'

'நீங்கள் தாராளமாக வரலாம்' என்றார் ஃபெலுடா. இறுதியில்தான் ஒரு வழியாக எனக்குப் புரிந்தது. காங்க் என்றால் கலிம்பாங்; டாங்க் என்றால் டார்ஜீலிங்; கேங்க் என்றால் கேங்டாக். இதை நினைத்து நானே சிரிக்கவும் செய்தேன்.

'மிக்க நன்றி. என் பெயர் சசாதர் போஸ்.'

'உங்களை சந்திப்பதில் மிக்க மகிழ்ச்சி திரு. போஸ். என் பெயர் பிரதோஷ் மித்தர். இவன் என் ஒன்றுவிட்ட சகோதரன் தபேஷ்.'

'ஹலோ தபேஷ்! நீங்கள் இருவரும் விடுமுறைக்கு வருகிறீர்களா?'

'ஆமாம்.'

'கேங்டாக்கை எனக்கு மிகவும் பிடிக்கும். இதற்கு முன்னால் நீங்கள் அங்கு போயிருக்கிறீர்களா?'

'இல்லை.'

'எங்கே தங்கப் போகிறீர்கள்?'

'எங்கேயோ ஓர் இடத்தில் ரிசர்வ் செய்யப் பட்டுள்ளது. ஸ்னோ வியூ என்ற ஹோட்டலில் என நினைக்கிறேன்.' ஃபெலுடா, சர்வரிடம் பில்லை கொடுக்குமாறு சைகை செய்தார். திரு. போஸ் நோக்கி ஒரு சார்மினார் சிகரெட்டை எடுத்து நீட்டிவிட்டு, தானும் ஒன்றைப் பற்றவைத்துக் கொண்டார்.

'எனக்கு கேங்டாக் நன்றாகத் தெரியும். உண்மையில் சிக்கிமில் அனைத்து பகுதிகளுக்கும் நான் போயிருக்கிறேன். லாசேன், லாசுங், நாம்சே, நாதுலா என எந்த இடத்தை எடுத்துக் கொண்டாலும் சரி, எல்லாமே மிகவும் அழகானவை! மிகவும்

அமைதியான இடங்களும்கூட. அந்தக் காட்சிகள் இந்த உலகத்தைச் சேர்ந்ததல்ல என்று கூறிவிடலாம். மலைகளும் ஆறுகளும் பூக்களுமாக நிறைந்து கிடக்கும். இங்கு ஆர்ச்சிட் எனப்படும் அபூர்வமான பூவையும் காணலாம். பளிச்சென்ற வெயில், மழை, பனிமூட்டம் அனைத்தும் இயற்கையின் அற்புதங்களாகத் தோன்றும். முழுமையானதொரு சொர்க்கமாக இந்த இடம் மாறுவதைத் தடுக்கும் ஒரே விஷயம், அதன் சாலைகள்தான். இங்கிருக்கும் மலைகளில் சில இன்னமும் வளர்ந்துகொண்டே இருக்கின்றன. எனவே, கொஞ்சம் ஆடிக்கொண்டேதான் இருக்கின்றன. இளைஞர்கள் எப்படி இருப்பார்கள் என்று உங்களுக்குத் தெரியுமல்லவா? ஹஹ்ஹா!'

'அதாவது, இந்த மலைகளில் மலைச் சரிவு ஏற்படும் என்கிறீர்களா, என்ன?'

'ஆமாம். இது உண்மையிலேயே மிகவும் இடைஞ்சலான ஒன்றுதான். உங்கள் பயணத்தின் பாதி வழியில் பார்த்தால், சாலை முற்றிலுமாக அடைப்பட்டு போயிருப்பதைக் காணலாம். அதன் பொருள் என்னவென்றால், மலைகளைக் குடைந்து, மீண்டும் சாலைகளைச் செப்பனிட்டு, இடிபாடுகளை அகற்றி வழி ஏற்படுத்திக் கொண்டுதான் செல்லமுடியும். எண்ணற்ற பிரச்னை கள். ஆனாலும், இங்குள்ள ராணுவப் பிரிவு எப்பொழுதும் தயார் நிலையில் இருக்கும் என்பதோடு மிகவும் திறமை வாய்ந்ததும்கூட. மேலும், இன்னும் மழை பெய்யத் தொடங்கவில்லை என்பதால் இன்றைக்கு நமக்கு எந்தப் பிரச்சனையும் இருக்காது என்றே நினைக்கிறேன். எப்படியிருந்தாலும் உங்களுடன் சேர்ந்து போவது குறித்து மகிழ்ச்சி. தனியாகச் செல்வதை நான் வெறுக்கிறேன்!'

'நீங்களும்கூட விடுமுறையைக் கழிக்கத்தான் செல்கிறீர்களா?'

'இல்லை, இல்லை. நான் அலுவலக வேலையாகச் செல்கிறேன். ஆனால், என் வேலை மிகவும் விசித்திரமான ஒன்று. மணம் வீசும் செடிகளைப் பார்வையிடுவது.'

'வாசனை திரவியம் தயாரிக்கும் தொழில் ஏதாவது நடத்து கிறீர்களா என்ன?'

'ஆமாம். நான் வேலை பார்ப்பது ஒரு கெமிக்கல் நிறுவனம். மற்றவைகளோடு கூடவே செடிகளிலிருந்து மணம்கொண்ட திரவத்தையும் எடுக்கிறோம். இதற்காக எங்களுக்குத் தேவைப்படும்

செடிகளில் ஒரு சில சிக்கிமில் வளர்கின்றன. அவற்றை சேகரிக்கத்தான் நான் வந்திருக்கிறேன். எனது தொழில் கூட்டாளி ஏற்கெனவே அங்கிருக்கிறார். ஒரு வாரத்துக்கு முன்பே அவர் வந்துவிட்டார். அவர் தாவரவியலில் பட்டம் பெற்றவர். செடி, கொடிகளைப் பற்றி அவருக்கு நன்றாகத் தெரியும். நானும் அவரோடு வந்திருக்க வேண்டும். இருந்தாலும், எனது உறவினர் ஒருவரின் திருமணத்தில் கலந்துகொள்வதற்காக நான் காட்ஷிலா செல்ல வேண்டியதாகிவிட்டது. நேற்று இரவுதான் கல்கத்தா திரும்பினேன்.'

ஃபெலுடா பில்லுக்கான பணத்தைக் கொடுத்தார். எங்கள் பொருள்களை எடுத்துக்கொண்டு, திரு.போஸ் உடன் எங்கள் ஜீப்பை நோக்கி நடக்கத் தொடங்கினோம்.

'நீங்கள் எங்கே இருக்கிறீர்கள்? என்று ஃபெலுடா கேட்டார்.

'பம்பாய். எங்கள் நிறுவனத்தைத் தொடங்கி இருபது வருடங்கள் ஆகிறது. நான் இதில் ஏழு வருடங்களுக்கு முன்னால் சேர்ந்தேன். எஸ்.எஸ்.கெமிக்கல்ஸ், சிவகுமார் ஷெல்வான்கர். நிறுவனம், அவர் பெயரில்தான் இருக்கிறது.'

ஒரு சில நிமிடங்களில் நாங்கள் புறப்பட்டோம். பக்டோக்ராவில் இருந்து நாங்கள் சிலிகுரி செல்லவேண்டும்; அங்கிருந்து சேவாக் சாலை வழியாகச் செல்லவேண்டும். இந்தச் சாலை மேலும் கீழும் இறங்கிச் செல்லும் மலைப்பாதை ஆகும். அது இறுதியில் மேற்கு வங்காள மாநிலத்தின் எல்லையான ராங்போ என்ற இடத்துக்கு இட்டுச்செல்லும். அங்கிருந்து சிக்கிம் எல்லை தொடங்குகிறது.

நாங்கள், ராங்போவுக்கு செல்லும் வழியில் டீஸ்டா நதிக்கு மேலே கட்டப்பட்டுள்ள மிகப் பெரிய பாலத்தைக் கடந்து சென்றோம். அதற்கு மறுபக்கத்தில் டீஸ்டா பஜார் எனப்படும் வணிகப்பகுதி இருக்கிறது. அங்கே நாங்கள் சிறிது ஓய்வெடுப் பதற்காக நின்றோம். இதற்குள் சூரியன் நன்கு மேலே ஏறியிருந்தது. ஒரளவு வெப்பத்தை எங்களால் உணர முடிந்தது.

'கோகோகோலா சாப்பிடுகிறீர்களா? என்று கேட்டார் திரு. போஸ். நாங்கள் இருவரும் சரி என்றபடியே ஜீப்பை விட்டு கீழே இறங்கினோம். இரண்டு ஆண்டுகளுக்கு முன்பு பெரும் வெள்ளத்தால் இந்தப் பகுதி முழுவதுமே துடைத்தெறியப்பட்டு விட்டு என்றார் திரு. போஸ். அந்தப் பாலம் உள்பட அங்குள்ள கட்டடங்கள், வீடுகள் அனைத்துமே புதிதாகக் கட்டப்பட்டவை.

நான் கோகோகோலாவை குடித்து முடிப்பதற்கு முன்பாகவே, திரு போஸ் இரண்டு பாட்டில்கள் கோலாவை காலி செய்திருந்தார். நாங்கள் பாட்டிலை திருப்பிக் கொடுக்கப் போகும் போதுதான் கவனித்தோம், அந்தக் குளிர்பானக் கடைக்கு அருகே ஒரு ஜீப் நின்றுகொண்டிருந்தது. அதன் அருகில் நின்று கொண்டு இருந்த சிலர் தீவிரமாகப் பேசிக் கொண்டிருந்தனர். எதிர் பக்கத்தில் இருந்து அந்த ஜீப் வந்திருந்தது. சிலிகுரி நோக்கிப் போவது போல் தோன்றியது. திடீரென்று 'விபத்து' என்ற வார்த்தை எங்கள் காதில் விழுந்தது. என்ன நடந்தது என்று தெரிந்துகொள்ள அவர்களை நோக்கிச் சென்றோம். அவர்கள் சொன்னது இதுதான். ஒரு வாரத்துக்கு முன்பு கேண்டாக்கில் நல்ல மழை பெய்திருந்தது. பெரிய அளவில் நிலச்சரிவு எதுவும் ஏற்படவில்லை. ஆனால் எப்படியோ ஒரு பெரிய பாறாங்கல், மலையிலிருந்து நழுவி அந்தப் பக்கமாக வந்த ஜீப்பின் மீது விழுந்து, அதில் இருந்த பயணியின் உயிரை வாங்கியிருக்கிறது. அந்த ஜீப் ஐந்நூறு அடி பள்ளத்தில் விழுந்து முற்றிலுமாக நசுங்கி விட்டது. இறந்தது யாரென்று அவர்களில் யாருக்கும் தெரியவில்லை.

'தலைவிதி என்றுதான் சொல்லவேண்டும். வேறெப்படி இதை எடுத்துக்கொள்வது. அந்த மனிதர் இறக்கவேண்டும் என்று இருக்கிறது. இல்லையென்றால் மலையில் இருந்து ஒரே ஒரு பாறாங்கல் மட்டும் நழுவி, அந்த ஜீப்பின் மீது விழுந்திருக்குமா? இதுபோன்ற விபத்துகள் மிகவும் அபூர்வமானவைதான்!' என்றார் ஃபெலுடா.

'பத்து லட்சத்தில் ஒருவருக்குத்தான் இப்படி நடக்கக்கூடும்' என்றார் போஸ். நாங்கள் ஜீப்புக்குத் திரும்பி வந்தபோது அவர் சொன்னார்: 'எதற்கும் மலையின் மீது ஒரு கண் இருக்கட்டும் சார். அஜாக்கிரதையாக இருக்க முடியாது.'

இருந்தாலும், டீஸ்டாவை கடந்த பிறகு கண்ணில் தென்பட்ட காட்சிகள் நம்ப முடியாத அளவுக்கு மிக அழகாக இருந்ததால், மிக விரைவிலேயே நான் அந்த விபத்தை சுத்தமாக மறந்துவிட்டேன். நாங்கள் ராங்போவைக் கடந்து வரும்போது லேசாக மழை பெய்தது. நாங்கள் மூவாயிரம் அடி உயரத்தைத் தொட்ட போது, கீழே பள்ளத்தாக்கிலிருந்து ஒரு பனிமூட்டம் மேல்நோக்கி வந்து, எங்களை மிதமான குளிரில் நடுங்கச் செய்தது. சிறிது நேரம் நின்று, பெட்டியிலிருந்து கம்பளி ஆடைகளை எடுத்து அணிந்துகொண்டோம். திரு போஸ், 'ஏர் இந்தியா' என்று

போட்டிருந்த நீல நிற மேலங்கியை, பையில் இருந்து வெளியே எடுத்து அணிந்துகொண்டதை நான் பார்த்தேன்.

அந்தப் பனி மூட்டத்தினூடே மலைப் பகுதியில் இருந்த வீடு களின் வரிசை மெதுவாகக் கண்ணில் தென்படத் தொடங்கியது. அவற்றில் பெரும்பாலானவை சீனத்து வீடுகளைப் போல் தோன்றின. திரு. போஸ் சொன்னார்: 'நாம் வந்து சேர்ந்து விட்டோம். ஐந்து மணி நேரத்துக்குள்தான் ஆகியிருக்கிறது. நாம் மிகவும் கொடுத்து வைத்தவர்கள்தான்.'

கேங்டாக் நகரம் எங்கள் முன்னே இருந்தது. அதன் தெருக்களின் வழியாக எங்கள் ஜீப் கவனமாகச் சென்றது. ஒரு ராணுவ முகாம், மரத்தினால் ஆன பால்கனிகளும் பூந்தொட்டிகளும் அலங்கரித்த அழகான சிறு வீடுகள் மற்றும் வண்ணமயமான உடை உடுத்திய ஆண்களையும் பெண்களையும் கடந்து, இறுதியில் ஸ்னோ வியூ ஹோட்டலுக்கு முன் சென்று எங்கள் ஜீப் நின்றது. சிக்கிமைச் சேர்ந்தவர்கள் மட்டுமல்லாமல் நேபாளம், பூட்டான், திபெத் ஆகிய பகுதிகளைச் சேர்ந்த மக்களும் தெருக்களில் காணப் பட்டார்கள்.

பயணியர் பங்களாவில் தான் தங்கவிருப்பதாக திரு. போஸ் கூறினார். 'எனக்கு அங்கே போவதற்கான வழி தெரியும். நீங்கள் கவலைப்பட வேண்டாம். மிகவும் நன்றி. நாம் மீண்டும் சந்திக்கலாம். இதுபோன்ற மிகச்சிறிய இடத்தில் தினமும் நாம் சந்தித்துக் கொள்ளாமல் இருக்க வாய்ப்பே இல்லை' என்றார் அவர்.

'இந்த ஊரில் உங்களைத் தவிர வேறு யாரையும் எங்களுக்குத் தெரியாது என்கிறபோது அது ஒன்றும் பிரச்னையில்லை. உங்களுக்கு மறுப்பேதும் இல்லையென்றால் இன்று மாலை நீங்கள் தங்கியிருக்கும் பங்களாவுக்கு நான் வருகிறேன்' என்றார் ஃபெலுடா.

'மிகவும் நல்லது. நான் எதிர்பார்த்துக் கொண்டிருப்பேன். மீண்டும் சந்திப்போம்.'

கையை ஆட்டியவாறே, அந்தப் பனி மூட்டத்தில் திரு. போஸ் மறைந்து போனார்.

இரண்டு

நாங்கள் தங்கியிருந்த ஹோட்டலின் பெயர் ஸ்னோ வியூ என்றிருந்தாலும், பின்பக்கத்தில் உள்ள அறைகளில் இருந்து கன்ஜன்ஜூங்கா மலைச் சிகரத்தைப் பார்க்கமுடியும் என்றபோதும், நாங்கள் வந்த நாளில் இருந்தே எந்தப் பனிமழையும் கண்ணில் தென்படவே இல்லை. ஏனென்றால் பனிமூட்டம் இன்னும் விலகவே இல்லை. இந்த ஹோட்டலில் எங்களைத் தவிர ஒரே ஒரு வங்காளிதான் இருப்பதாகத் தெரிந்தது. மதிய உணவு நேரத்தில் சாப்பாட்டு அறையில் அவரை நான் பார்த்தேன். இருந்தாலும், பிறகுதான் நாங்கள் அவரை சந்தித்தோம்.

மதிய உணவுக்குப் பிறகு நாங்கள் வெளியே சென்று, ஒரு பீடா கடையைக் கண்டுபிடித்தோம். ஃபெலுடா, சாப்பாட்டுக்குப் பிறகு பீடா போடுவது வழக்கம். இருந்தாலும், கேங்டாக்கில் பீடா கடை இருக்கும் என்று எதிர்பார்க்கவில்லை என அவரே ஒப்புக்கொண்டார். எங்கள் ஹோட்டல் இருந்த தெரு, மிகவும் முக்கியமானதாகவும் பெரியதாகவும் இருந்தது. சாலையின் நடுவே சில பஸ்களும் லாரிகளும் சரக்கு ஏற்றும் சிறிய வண்டிகளும் நின்றுகொண்டிருந்தன. இருபுறத்திலும் பல்வேறு விதமான கடைகள் இருந்தன. இந்தியாவின் பல்வேறு பகுதிகளிலிருந்தும் வியாபாரிகள் சிக்கிமுக்கு வருகிறார்கள் என்றே தோன்றியது. பலவகையிலும் இந்த நகரம் டார்ஜிலிங்கைப் போலத்தான் இருந்தது. ஒரே ஒரு வித்தியாசம், தெருக்களில் மிகக் குறைவாகவே மக்கள் இருந்தார்கள். இதனால்தான் அந்த இடம் அமைதியாகவும் தூய்மையாகவும் இருந்தது.

பீடா கடையை விட்டு வெளியே வந்து, எங்கே போவது என்று நாங்கள் யோசித்துக் கொண்டிருந்தபோதுதான், அந்தப் பனி

மூட்டத்தினூடே திரு. போஸின் உருவம் வெளிப்பட்டது. எங்கள் ஹோட்டலை நோக்கி அவர் வேகமாக நடந்து வருவது போல் தோன்றியது. அவர் எங்களை நெருங்கியபோது ஃபெலுடா அவரை நோக்கி கையசைத்தார். போஸ், தனது நடையை வேகப்படுத்தி, சில நொடிகளிலேயே எங்களருகில் வந்தார்.

மூச்சு வாங்கியவாறே, 'படுநாசம்!' என்றார் அவர்.

'என்ன நடந்தது?'

'அந்த விபத்து! யார் அது என்று உங்களுக்குத் தெரியுமா?'

கவலையில் நான் இறுகிப்போனது போல் உணர்ந்தேன். திரு. போஸின் அடுத்த வார்த்தைகள் என் அச்சத்தை உறுதி செய்வதாக இருந்தன. 'அந்த விபத்தில் இறந்துபோனது எஸ்.எஸ்., எனது கூட்டாளி.'

'என்ன, அவர் எங்கே போய்க் கொண்டிருந்தார்?'

'யாருக்குத் தெரியும்? என்ன மோசமானதொரு படுநாசம் மிஸ்டர். மித்தர்!'

'உடனடியாகவே அவர் இறந்துவிட்டாரா என்ன?'

'இல்லை. மருத்துவமனைக்கு எடுத்துச் சென்றபிறகு சில மணி நேரம் அவர் உயிரோடுதான் இருந்திருக்கிறார். பல இடங்களில் அவருக்கு எலும்பு முறிந்திருக்கிறது. அவர் என்னைத்தான் தேடியதாகத் தெரிகிறது. பலமுறை 'போஸ்! போஸ்!' என்று அழைத்துக் கொண்டிருந்தாராம். அவ்வளவுதான்.'

ஹோட்டலுக்கு நாங்கள் திரும்பி நடந்துவரும்போது, 'நீங்கள் எப்படி கண்டுபிடித்தீர்கள்? என்று ஃபெலுடா கேட்டார். நாங்கள் நேராக சாப்பாட்டு அறைக்குச் சென்றோம். திரு. போஸ் உடனடியாக உட்கார்ந்து ஒரு கைக்குட்டையால் தனது முகத்தைத் துடைத்துக்கொண்டார்.

'உண்மையில் அது பெரிய கதை! அந்த டிரைவர் தப்பித்துக் கொண்டான். என்ன நடந்தென்றால் அந்தப் பாறாங்கல் ஜீப்பின் மீது விழுந்தபோது டிரைவர் தனது பிடியை இழந்துவிட்டான். அந்தக் கல் ஒன்றும் மிகப் பெரியதல்ல. இருந்தாலும், தான் எங்கே போகிறோம் என்றே டிரைவருக்குத் தெரியவில்லை. ஜீப் ஒரு பக்கமாகச் சாய்ந்து பள்ளத்தில் விழுந்தது. எனினும், டிரைவர் சரியான நேரத்தில் வெளியே குதித்துவிட்டான். ஒரு கண்ணில் மட்டும் அவனுக்கு சின்னக் காயம். தடுமாறி எழுந்து நிற்பதற்குள் ஜீப் ஷெல்வான்கருடன் பார்வையில் இருந்து மறைந்துவிட்டது.

இந்தச் சம்பவம் நடந்தது வடக்கு சிக்கிம் நெடுஞ்சாலையில். டிரைவர் கேங்டாக்கை நோக்கி நடக்கத் தொடங்கினான். அவன் வரும்வழியில் ஒரு நேபாளிகள் கூட்டத்தைப் பார்த்து, அவர்களுடன் மீண்டும் அந்த இடத்துக்குச் சென்று ஷெல்வான்கரை காப்பாற்றி இருக்கிறார்கள். அதிர்ஷ்டவசமாக அந்த நேரத்தில் ஒரு ராணுவ வண்டி அந்தப் பக்கமாக போய்க்கொண்டிருந்தது. எனவே, உடனே அவரை மருத்துவமனைக்கு எடுத்துச்செல்ல முடிந்தது. ஆனாலும்கூட...'

பக்டோக்ராவில் இருந்து எங்களுடன் வேடிக்கையாகப் பேசிக்கொண்டு வந்த மனிதரை அப்பொழுது காணவில்லை. திரு. போஸ் மிகவும் பாதிக்கப்பட்டு, தகர்ந்து போனவரைப் போலத் தோற்றமளித்தார்.

'அவரது உடல் என்ன ஆயிற்று?' என்று ஸ்பெலுடா மெதுவாகக் கேட்டார்.

'அதை பம்பாய்க்கு அனுப்பிவிட்டார்கள். அங்கிருக்கும் அவரது சகோதரரை இங்குள்ள அதிகாரிகள் எப்படியோ தொடர்பு கொண்டிருக்கிறார்கள். எஸ்.எஸ். இரண்டு முறை திருமணம் செய்தவர். ஆனால், இரண்டு மனைவிகளுமே இறந்து விட்டனர். முதல் திருமணத்தின் மூலம் அவருக்கு ஒரு பையன் பிறந்தான். ஆனால் அவன், அவருடன் சண்டை போட்டுக்கொண்டு பதினான்கு வருடங்களுக்கு முன்னால் வீட்டை விட்டுப் போய்விட்டான். எஸ். எஸ். அவரது மகனை மிகவும் நேசித்தார். அவனைத் தொடர்புகொள்ள பெரிதும் முயற்சியும் செய்து வந்தார். இருந்தாலும், அவன் எங்கே இருக்கிறான் என்ற தகவலே தெரியவில்லை. அவரது சகோதரர்தான் மிச்சமிருக்கும் ஒரே உறவினர். உடலைப் பரிசோதிக்கக் கூடாது என்று அவர் கூறிவிட்டார். அதன்படி மறுநாளே அவரது உடல் பம்பாய்க்கு அனுப்பப்பட்டு விட்டது.'

'எப்பொழுது இது நடந்தது?'

'பதினொன்றாம் தேதி காலையில். அவர் ஏழாம் தேதி கேங்டாக்குக்கு வந்தார். திரு. மித்தர், உண்மையைச் சொல்ல வேண்டுமானால் இவை எதையும் என்னால் நம்பவே முடியவில்லை. நான் மட்டும் அவரோடு இருந்திருந்தால், இது போன்றதொரு துயரச் சம்பவத்தை நாங்கள் தவிர்த்திருக்கவும் கூடும்!

'இப்போது உங்கள் திட்டம் என்ன?'

'இனி இங்கே தங்குவதில் எந்தவித பயனும் இல்லை. ஏற்கெனவே நான் பயண ஏஜென்ட்டிடம் பேசிவிட்டேன். நாளை நான்

பம்பாய்க்கு விமானத்தில் செல்லவிருக்கிறேன்' என்று கூறிக் கொண்டே அவர் எழுந்தார். 'இதைப் பற்றி நீங்கள் கவலைப் படாதீர்கள். நீங்கள் பொழுதைக் கழிப்பதற்கு வந்திருக்கிறீர்கள். உங்கள் வருகை இங்கு நன்றாகப் போகும் என்றே நம்புகிறேன். ஊருக்குக் கிளம்புவதற்கு முன்னால் உங்களைப் பார்த்துவிட்டுப் போகிறேன்' என்றார் திரு. போஸ்.

அவர் இடத்தைவிட்டுக் கிளம்பினார். ஃபெலுடா அமைதியாக அமர்ந்து வெறித்துப் பார்த்தபடியே முகத்தைச் சுருக்கிக் கொண்டிருந்தார். பின்பு, இன்று காலை திரு. போஸ் சொன்ன அதே வார்த்தைகளை மெதுவாக உச்சரித்தார். 'பத்து லட்சத்தில் ஒருவருக்குத்தான் இந்த மாதிரி நடக்கக்கூடும். ஆனாலும், இடி மின்னலால் ஒரு மனிதன் தாக்கப்படலாம். அது ஒன்றும் ஆச்சரியமான விஷயமல்ல.'

இதற்கு முன்பு நாங்கள் கவனித்திருந்த வங்காளி மனிதர் பக்கத்தில் இருந்த மேஜையில் அமர்ந்து ஒரு செய்தித்தாளைப் படித்துக் கொண்டிருந்தார். திரு. போஸ் அந்த இடத்தை விட்டு நகர்ந்ததும், அவர் பேப்பரை ஒழுங்காக மடித்துவைத்து எங்களருகே வந்து ஃபெலுடா விடம் 'வணக்கம்' என்று கூறிவிட்டு, அவருக்குப் பக்கத்தில் இருந்த நாற்காலியில் அமர்ந்தார். 'சிக்கிம் தெருக்களில் எது வேண்டுமானாலும் நடக்கக்கூடும். இன்று காலையில்தான் நீங்கள் இங்கு வந்தீர்கள், இல்லையா?'

'உம்...' என்றார் ஃபெலுடா. அந்த மனிதரை நான் நிதானமாகப் பார்த்தேன். 30 35 வயது மதிக்கத்தக்கவராக அவர் தோன்றினார். கறுப்பு கண்ணாடிக்கு பின்னே அவரது கண்கள் ஓரளவுக்கு மறைந்திருந்தன. அவரது மூக்குக்குக் கீழே சிறியதொரு மீசை சதுர வடிவத்தில் காட்சியளித்தது. முன்பெல்லாம் அத்தகைய மீசையை பட்டாம்பூச்சி மீசை என்று சொல்வார்கள். இப்போ தெல்லாம் நிறையப் பேர் அவ்வாறு வைத்துக் கொள்வதில்லை.

'திரு. ஷெல்வான்கர் பழகுவதற்கு மிகவும் அருமையான மனிதர்.'

'அவரைத் தெரியுமா உங்களுக்கு?' என்று ஃபெலுடா கேட்டார்.

'இல்லை; ரொம்பவும் நெருக்கமாகத் தெரியாது. ஆனாலும், நான் அவரை சந்தித்த மிகக் குறைந்த நேரத்திலேயே, அவர் மிகவும் நட்புணர்வு கொண்டவராகவே தோன்றினார். கலையில்

அவருக்கு ஆர்வம் இருந்தது. அவர் இறப்பதற்கு இரண்டு நாள்களுக்கு முன்புதான் என்னிடமிருந்து ஒரு திபெத்திய சிலையை விலைக்கு வாங்கினார்.'

'அதுபோன்ற பொருள்களை எல்லாம் அவர் சேகரிப்பாரா என்ன?'

'எனக்குத் தெரியாது. கலைப்பொருள் காட்சியகத்தில் ஒருநாள் அவரைப் பார்த்தேன். பல்வேறு பொருள்களையும் அவர் பார்த்துக் கொண்டிருந்தார். அப்போதுதான் அவரிடம் இந்தச் சிலையைப் பற்றி சொன்னேன். பயணியர் பங்களாவுக்கு அதைக் கொண்டு வரும்படி சொன்னார். நான் அதை எடுத்துச் சென்று காண்பித்த போது, அவர் அங்கேயே அதே இடத்தில் அதை வாங்கிக்கொண்டார். அது வைத்திருக்க வேண்டிய ஒரு பொருள்தான். அந்தச் சிலைக்கு ஒன்பது தலைகளும் முப்பத்தினான்கு கைகளும் உண்டு. எனது தாத்தா அதை திபெத்திலிருந்து வாங்கி வந்திருந்தார்!'

'ஓ! அப்படியா?!' ஃபெலுடாவின் இந்த பதில் கொஞ்சம் இறுக்கமாகவும் மேலோட்டமாகவும் தெரிந்தது. ஆனாலும், எனக்கு அவர் மிகவும் உற்சாகமூட்டுபவராகவே தெரிந்தார். குறிப்பாக, அவரது உதடுகளில் எப்பொழுதும் புன்னகை பூத்தமாதிரியே இருந்தது. திரு. ஷெல்வான்கரின் மரணம்கூட அவருக்கு வேடிக்கையாகத் தோன்றுவது போலவே அந்தப் புன்னகை இருந்தது.

'எனது பெயர் நிஷிகாந்த சர்க்கார் என்று அவர் சொன்னார்.

ஃபெலுடா, பதிலுக்கு கைகளைக் கூப்பி அவருக்கு வணக்கம் தெரிவித்தாரே தவிர, தன்னை அறிமுகப்படுத்திக் கொள்ளவில்லை.

திரு. சர்க்கார் தொடர்ந்து சொன்னார்: 'நான் டார்ஜீலிங்கில் வசிக்கிறேன். மூன்று தலைமுறைகளாக நாங்கள் அங்கே வாழ்கிறோம். நம்புவதற்கு உங்களுக்குக் கடினமாகக்கூட இருக்கலாம், இல்லையா? அதாவது என்னைப் பாருங்கள், நான் ரொம்பவும் கறுப்பாகத்தானே இருக்கிறேன்?'

ஃபெலுடா, எதுவுமே சொல்லாமல் அமைதியாக இருந்தார். ஆனால், அதைப்பற்றி திரு. சர்க்கார் கவலைப்பட்டதாகத் தெரியவில்லை. 'டார்ஜீலிங், கலிம்பாங் இவைகளைப் பற்றி யெல்லாம் எனக்கு மிகவும் நன்றாகத் தெரியும். இருந்தாலும், சிக்கிம் வருவது எனக்கு இதுவே முதல் தடவை. கேங்டாக்குக்கு அருகே சில அற்புதமான இடங்கள் இருக்கிறது என்று நம்புகிறேன். அவற்றையெல்லாம் நீங்கள் ஏற்கெனவே பார்த்திருக்கிறீர்களா?'

'இல்லை. உங்களைப் போலவே நாங்களும் சிக்கிமுக்கு புதிதுதான்!'

'நல்லது.' திரு. சர்க்கார் புன்னகைத்தார். 'சில நாள்கள் நீங்கள் இங்கு தங்கத்தான் போகிறீர்கள், இல்லையா? நாம் நன்றாகவே சுற்றிப் பார்க்கலாம். ஒருநாள் நாம் பெமியாங்சி போகலாம். அது மிகவும் அழகான இடம் என்று கேள்விப்பட்டிருக் கிறேன்.'

'பெமியாங்சியா! பாழடைந்த கட்டடங்கள் இருக்கும் சிக்கிமின் பழைய தலைநகரத்தையா நீங்கள் சொல்கிறீர்கள்?'

'வெறும் பாழடைந்த கட்டடங்கள் மட்டுமல்ல சார்! என்னிடம் இருக்கும் கையேட்டின்படி அங்கே ஒரு காடு, பிரிட்டிஷ் காலத்தில் கட்டப் பட்ட பழைய பயணியர் பங்களாக்கள், பௌத்த கோயில்கள், மேலும் கன்ஜன்ஜங்காவை மிக அருமையாகப் பார்ப்பதற்கான வசதி இவை அனைத்தும் அங்கே உள்ளது. இதற்கு மேலும் உங்களுக்கு என்ன தேவை?'

'வாய்ப்பு கிடைத்தால் நிச்சயமாக நாங்கள் அங்கே போவோம்' என்று கூறிக்கொண்டே ஃபெலுடா எழுந்தார்.

'வெளியே போகிறீர்களளா?'

'ஆமாம் சாலாற நடக்கலாம் என்றுதான். ஒவ்வொரு தடவை வெளியே போகும்போதும் அறையை பூட்டிச் செல்வது அவசியமா என்ன?'

'ஆமாம். ஹோட்டலில் அப்படியிருப்பது பெரும்பாலும் நல்லது. எனினும் இந்தப் பகுதிகளில் திருட்டு என்பது மிகவும் அபூர்வம்தான். சிக்கிமில் ஒரே ஒரு சிறைதான் இருக்கிறது. அதுவும்கூட கேங்டாக்கில்தான் இருக்கிறது. அங்கிருக்கும் கைதிகளின் எண்ணிக்கை அரை டஜனைக்கூட தாண்டாது!'

மீண்டும் ஹோட்டலை விட்டு வெளியே வந்தோம். அப்பொழுதும் பனிமூட்டம் அகலவில்லை. ஃபெலுடா, கடை களை லேசாக நோட்டம் விட்டுக்கொண்டே சொன்னார்: 'நல்ல உறுதியான ஷூவை வாங்கியிருக்க வேண்டும். மழைபெய்தால் இந்தச் சாலைகள் எல்லாம் சேறாகி, வழுக்கிவிடும். அந்த நிலையில் இப்போது நாம் போட்டுள்ள ஷூ பயன்படாது!'

'இங்கே வேண்டுமானால் வாங்கிக் கொள்ளலாமே!'

'ஆமாம், வாங்கிக் கொள்ளலாம்தான். கேங்டாக்கில் நிச்சயமாக பாட்டா கடை இருக்கும் என்று நினைக்கிறேன். இன்று மாலை அந்தக் கடையைத் தேடலாம். இப்பொழுது இந்த இடத்தை சுற்றிப் பார்க்கலாம்.'

மார்க்கெட்டில் இருந்து நகரின் மைய பகுதிக்குச் செல்லும் சாலை ஏற்றமாக இருந்தது. இந்தச் சாலையில் போகப்போக மக்களின் எண்ணிக்கையும் வீடுகளின் எண்ணிக்கையும் பெரு மளவுக்குக் குறைந்துகொண்டே வந்தது. எங்களைக் கடந்து சென்றவர்களில் பெரும்பாலோர் சீருடையில் இருந்த பள்ளிச் சிறுவர்கள்தான். டார்ஜிலிங்கைப் போல் இல்லாமல் யார் முதுகிலும் புத்தகச் சுமை இல்லை. ஜீப்களும் அடிக்கடி ஓடிக் கொண்டிருந்தன. ஒருவேளை ராணுவ முகாம் அருகில் இருப் பதால் இருக்கலாம். கேங்டாக்கில் இருந்து பதினாறு மைல் தூரத்தில் பதினான்கு ஆயிரம் அடி உயரத்தில் நாதுலா இருந்தது. அங்குதான் இந்தியாவின் எல்லை முடிவடைகிறது. நாதுலாவுக்கு அந்தப் பகுதியில் சுமார் நூற்றைம்பது அடி தூரத்தில் சீனாவின் ராணுவ முகாம் இருக்கிறது.

ஒரு சில நிமிடங்களுக்குப் பிறகு நாங்கள் ஒரு முச்சந்தியை அடைந்தோம். திடீரென்று தெரிந்த வண்ணக்கலவையயைக் கண்டு நாங்கள் திகைப்படைந்தோம். உற்றுப் பார்க்கையில் அந்தப் பனிமூட்டத்தில் ஒரு மனிதர் நின்று கொண்டிருப்பது தெரிந்தது. அவர் ஓர் ஐரோப்பியராகக்கூட இருக்கலாம். அவர் தலையில் இருந்து கால்வரை பல வண்ணங்களில் ஆடை களை அணிந்திருந்தார். மஞ்சள் நிற ஷூக்கள்; நீலநிற ஜீன்ஸ்; அழுத்தமான சிவப்பு நிறத்தில் ஸ்வெட்டர்; அதனூடாகத் தெரிந்த பச்சை நிற சட்டை; கழுத்தில் கறுப்பும் வெள்ளையும் கலந்த ஒரு ஸ்கார்ஃப் சுற்றியிருந்தார். அவரது வெள்ளை நிறம் சூரிய ஒளியினால் லேசாகப் பழுப்பு நிறமாகிக் கொண்டிருந்தது. தாடி அவரது முகத்தைப் பெருமளவுக்கு மறைத்திருந்தது. இருந்தாலும், அவருக்கு ஃபெலுடா வயதிருக்கலாம் என்று தோன்றியது. அதாவது முப்பது வயதுக்குள். யார் அவர்? ஒருவேளை ஹிப்பியாக இருக்குமோ?

எங்களை நட்புடன் பார்த்து சிரித்தவாறே 'ஹலோ' என்றார் அவர்.

ஃபெலுடாவும் பதிலுக்கு 'ஹலோ' என்றார்.

அவரது தோளில் தோல் பை ஒன்று தொங்கிக் கொண்டிருப்பதை இப்பொழுது நான் பார்த்தேன். கூடவே இரண்டு கேமராக்கள். அதில் ஒன்று கேனன் கேமரா. ஃபெலுடாவிடம்கூட ஒரு ஜப்பானிய கேமரா இருந்தது. ஒருவேளை அதை அந்த ஹிப்பி பார்த்திருக்க வேண்டும். 'பிரகாசமான தோற்றத்துக்கு உகந்த நாள்' என்று அவர் சொன்னார்.

இதைக்கேட்டு ஃபெலுடா சிரித்தார். 'தூரத்திலிருந்து உங்களைப் பார்த்தபோது எனக்கும் அதே எண்ணம்தான் தோன்றியது. ஆனாலும் பாருங்கள், இந்தியாவில் கலர் ஃபிலிம் மிகவும் விலை அதிகம். எனவே, அதைத் தாராளமாகப் பயன்படுத்துவதற்கு முன்னால் ஒருமுறைக்கு இருமுறை யோசிக்க வேண்டி யிருக்கிறது.'

'ஆமாம், எனக்குத் தெரியும். இருந்தாலும், போதுமான ஃபிலிம் கைவசம் இருக்கிறது. உங்களுக்குத் தேவைப்பட்டால் என்னிடம் சொல்லுங்கள்.' எந்த நாட்டிலிருந்து வந்தவர் அவர் என்று நான் தீர்மானிக்க முயற்சி செய்தேன். அவரது பேச்சு அமெரிக்கரைப் போலவும் இல்லை, பிரிட்டிஷ் அல்லது பிரெஞ்சுக்காரர்கள் போலவும் இல்லை.

'என்ன, விடுமுறையில் வந்திருக்கிறீர்களா?' என்று ஃபெலுடா கேட்டார்.

'இல்லையில்லை. புகைப்படம் எடுக்கவே நான் இங்கு வந்திருக் கிறேன். சிக்கிம் பற்றிய ஒரு புத்தகத்தை நான் எழுதிக் கொண்டு இருக்கிறேன். தொழில்முறையில் நான் ஒரு போட்டோகிராபர்.'

'இங்கே எவ்வளவு நாள் இருக்கப் போகிறீர்கள்?'

'ஐந்து நாள்களுக்கு முன்னால்தான் நான் இங்கு வந்து சேர்ந்தேன். அதாவது ஒன்பதாம் தேதியன்று. உண்மையில் எனது விசா மூன்று நாள்களுக்கு மட்டும்தான் இருந்தது. எனினும், அதை நீட்டித்துக் கொள்ள முடிந்தது. இன்னும் ஒரு வாரம் இருக்கலாம் என விரும்புகிறேன்.'

'எங்கே தங்கியிருக்கிறீர்கள்?'

'பயணியர் பங்களாவின் வலது புறத்தில் ஒரு சாலை போகிற தல்லவா? இந்தச் சாலையில்தான் அந்த பங்களா இருக்கிறது. இங்கிருந்து ஒருசில நிமிடங்களில் போய்விடலாம்.'

என் காதுகளைத் தீட்டிக்கொண்டேன். திரு. ஷெல்வாங்கர் கூட அதே இடத்தில்தான் தங்கியிருந்தார்.

'சமீபத்தில் விபத்தில் இறந்துபோன நபரை நீங்கள் பார்த் திருப்பீர்கள் என்று நினைக்கிறேன்!'

'ஆமாம். அது மிகவும் துரதிருஷ்டவசமானதுதான்' என்று அந்த ஹிப்பி சோகத்துடன் தலையை ஆட்டினார். 'அவரை நான் நன்றாக அறிமுகப்படுத்திக் கொண்டிருந்தேன். மிகவும் நல்ல மனிதர் அவர்... மேலும்...' அவர் பேச்சை நிறுத்தினார். பின்பு,

தனக்குள்ளேயே பேசிக்கொள்வது போல் அவர் சொன்னார்: 'மிகவும் விசித்திரம்தான்!' அவர் ஓரளவு வருத்தப்பட்ட மாதிரிதான் தோன்றியது.

'என்ன ஆயிற்று?' ஃபெலுடா கேட்டார்.

'திரு. ஷெல்வான்கர் வங்காளி ஒருவரிடம் இருந்து திபெத்திய சிலை ஒன்றை வாங்கினார். அதற்கு அவர் ஆயிரம் ரூபாய் விலை கொடுத்தார்.'

'ஆயிரம் ரூபாயா?'

'ஆமாம். அடுத்த நாள் அதை இங்குள்ள திபெத்திய நிலையத்துக்கு எடுத்துச் சென்றார். அது மிகவும் அபூர்வமானது என்றும், மதிப்பிட முடியாத கலைப்பொருள் என்றும் அவர்கள் கூறியிருந்தனர். ஆனால்...' மீண்டும் அவர் பேச்சை நிறுத்திவிட்டு சிறிது நேரம் மௌனமாக இருந்தார். இறுதியில் அவர் பெருமூச்சு விட்டவாறே சொன்னார்: 'எனக்குக் குழப்பமாக இருப்பதெல்லாம் அது காணாமல் போனதுதான். அது எங்கே போயிருக்கும்?'

'நீங்கள் என்ன சொல்கிறீர்கள்?! அவரது பொருள்கள் எல்லாமே பம்பாய்க்கு அனுப்பப் பட்டு விட்டதே?'

'ஆமாம். அவரிடம் இருந்த பொருள்கள் எல்லாம் பம்பாய்க்கு அனுப்பப்பட்டது. ஆனால், அந்தச் சிலை அதில் இல்லை. அவர்

எப்பொழுதுமே அந்தச் சிலையைத் தனது சட்டை பாக்கெட்டில்தான் வைத்திருப்பார். 'இதுதான் என் அடையாளம். இது எனக்கு நல்ல பலனைத் தரப்போகிறது' என்று அவர் அடிக்கடி கூறுவார். அன்று காலையில்கூட அதை அவர் தன்னோடுதான் எடுத்துக் கொண்டு போனார். எனக்கு நன்றாகத் தெரியும், அவரை மருத்துவமனைக்குக் கொண்டு வந்தபோது நான் அங்கேதான் இருந்தேன். அவரது பாக்கெட்டில் இருந்த எல்லாவற்றையும் அவர்கள் வெளியே எடுத்தார்கள். ஒரு குறிப்பேடு, மணிபர்ஸ், சிறு பெட்டிக்குள் உடைந்து போயிருந்த மூக்கு கண்ணாடி போன்ற எல்லாம் இருந்தது. அந்தச் சிலையை மட்டும் காணவில்லை. அவர் கீழே விழுந்தபோது அவரது சட்டைப் பையிலிருந்து கீழே விழுந்திருக்கலாம். அவரைக் கண்டுபிடித்த இடத்திலேயேகூட அது இப்பொழுதும் இருந்தாலும் இருக்கலாம். அல்லது அவரை அந்த இடத்திலிருந்து அகற்றும்போது, உதவியவர்களில் யாராவது ஒருவர் அதைப் பார்த்து எடுத்துச் சென்றிருக்கவும் வாய்ப்புண்டு.'

'ஆனால், இங்குள்ள மக்கள் மிகவும் நாணயமானவர்கள் என்று நான் கேள்விப் பட்டிருக்கிறேன்?'

'அது உண்மைதான். அதனால்தான் இந்த சந்தேகங்கள் எனக்குள் எழுகின்றன.' அந்த மனிதர் யோசனையில் ஆழ்ந்தது போல் தோன்றியது.

'திரு. ஷெல்வான்கர் அன்றைக்கு எங்கே போவதாக இருந்தார் என்று உங்களுக்குத் தெரியுமா?'

'தெரியும், சிக்கிம் போகும் வழியில் ஒரு பௌத்த கோயில் உள்ளது. அங்குதான் அவர் போவதாக இருந்தார். உண்மையில் நானும்கூட அவரோடு செல்வதாக இருந்தது. ஆனால், நான் என் திட்டத்தை மாற்றிக்கொண்டு, அதற்கு வெகுநேரத்துக்கு முன்பே கிளம்பிவிட்டேன். ஏனென்றால், அன்று மிகவும் அழகான நாளாக இருந்ததால் இங்கே சில புகைப்படங்கள் எடுக்க விரும்பினேன். என்னைப் பார்த்தால் போகும் வழியில் ஏற்றிக்கொள்வதாக அவர் கூறியிருந்தார்!

'குறிப்பாக, அந்தக் கோயிலைப் பார்க்க ஏன் அவர் மிகவும் விரும்பினார்?'

'எனக்குத் தெரியாது. ஒருவேளை டாக்டர் வைத்யா அதற்கு ஓரளவுக்குக் காரணமாக இருக்கலாம்!'

'டாக்டர் வைத்யா?'

டாக்டர் வைத்யாவின் பெயர் இப்பொழுதுதான் முதல்முறை
யாக அடிபடுகிறது. யார் அவர்?

அந்த ஹிப்பி சிரித்தார். இப்படி சாலை நடுவில் நின்று
பேசுவதற்குக் கொஞ்சம் அசிங்கமாகத்தான் இருக்கிறது, இல்லையா?
ஏன் பயணியர் பங்களாவுக்கு வந்து என்னோடு நீங்கள் காபி
குடிக்கக் கூடாது?'

ஃபெலுடா உடனடியாக இதற்கு ஒப்புக் கொண்டார். ஷெல்
வான்கர் பற்றி எவ்வளவு விவரங்களை சேகரிக்க முடியுமோ
அவ்வளவு சேகரிப்பதில் அவர் ஆர்வத்துடன் இருந்தார் என்பது
நன்றாகவே தெரிந்தது.

எங்களுக்கு வலதுபுறத்தில் சென்ற சாலையில் நாங்கள் நடக்கத்
தொடங்கினோம். 'மேலும், எனது கால்களுக்கும் நான் கொஞ்சம்
ஓய்வு தர வேண்டியுள்ளது. அன்று மலையில் எனது கால் கொஞ்சம்
பிசகிவிட்டது, கணுக்காலில் பிடிப்பு ஏற்பட்டது என்று நினைக்கிறேன்.
ஓர் இடத்தில் ஐந்து நிமிடங்களுக்கு மேல் நின்றால் அந்தப் பகுதியில்
வலி எடுக்கத் தொடங்கிவிடுகிறது' என்றார் ஹிப்பி.

பனிமூட்டம் மெதுவாக விலகத் தொடங்கியிருந்தது. எங்களைச்
சுற்றி எவ்வளவு பசுமையாக உள்ளது என்பதை இப்போது காண
முடிந்தது. மறைந்து கொண்டிருந்த பனியினூடே உயர்ந்த
ஊசியிலை மரங்கள் வரிசையாக நின்றன. அந்த பங்களா ரொம்ப
தூரத்திலும் இல்லை; அவ்வளவு பழைமையானதும் அல்ல. பார்க்க
மிகவும் அழகாக இருந்தது. எங்கள் புதிய நண்பர் அவரது அறைக்கு
எங்களை அழைத்துச் சென்றார். அங்கிருந்த இரண்டு நாற்காலிகளின்
மேலிருந்த கட்டுக்கட்டான காகிதங்களையும் இதழ்களையும்
அகற்றிவிட்டு நாங்கள் உட்கார வசதி செய்தார்.

'மன்னிக்க வேண்டும். என்னை முறையாக அறிமுகப்படுத்திக்
கொள்ளவில்லை. எனது பெயர் ஹெல்மட் உங்கர்'

'ஜெர்மன் பெயரா என்ன?' என்றார் ஃபெலுடா.

'ஆமாம். அது சரிதான்' என்று சொல்லிக் கொண்டே ஹெல்மட்
அவரது படுக்கையின் மீது அமர்ந்தார். அறையை சுத்தமாக
வைத்திருப்பதில் அவருக்கு நம்பிக்கை இல்லை என்பது உறுதி.
அவர் அணிந்திருந்ததைப் போலவே இருந்த வண்ண உடைகள்
எல்லாம் ஆங்காங்கே சிதறிக் கிடந்தன. அவரது சூட்கேஸ் திறந்து
கிடந்தது. அதில் துணிகளைவிட புத்தகங்களும் இதழ்களுமே
அதிகமாக இருந்தது. அங்கிருந்த மேஜையில் எண்ணற்ற
புகைப்படங்கள் குவிந்து கிடந்தன. அவற்றில் பெரும்பாலானவை

வெளிநாட்டில் எடுக்கப்பட்டதாகவே தோன்றியது. புகைப்படக் கலையைப் பற்றி பெரிதாக ஒன்றும் தெரியாது என்றபோதிலும், அந்தப் புகைப்படங்கள் மிகச் சிறந்தவை என்று என்னால் கூறமுடியும்.

'நான் பிரதோஷ் மித்தர். இது எனது உறவினன் தபேஷ்' என்று ஃபெலுடா கூறினார். அவர் ஓர் அமெச்சூர் துப்பறியும் நிபுணர் என்பதைக் கூறவில்லை.

'உங்கள் இருவரையும் சந்தித்ததில் மிகவும் மகிழ்ச்சி. சற்று பொறுங்கள்' என்று சொல்லிவிட்டு, ஹெல்மட் அறைக்கு வெளியே சென்றார். காபி ஆர்டர் செய்வதற்காகப் போயிருக்கக்கூடும். பின்னர், அவர் திரும்பி வந்து சொன்னார்: 'டாக்டர் வைத்யா மிகவும் கவர்ச்சிகரமானதொரு மனிதர். அவர் அதிகமாகப் பேசினாலும்கூட. ஒரு சில நாள்கள் அவர் இந்த பங்களாவில் தங்கியிருந்தார். அவருக்குக் கைரேகை பார்க்கத் தெரியும். எதிர்காலம் குறித்த பலன்களைச் சொல்லத் தெரியும். ஏன் இறந்தவர்களையும்கூட அவரால் தொடர்பு கொள்ள முடியும்!'

'என்ன, அவரால் மீடியம் ஆக செயல்பட முடியும் என்றா சொல்கிறீர்கள்?

இறந்தவர்களுடன் பேசுவதற்கான வல்லமை பெற்றவர்களை மீடியம் எனச் சொல்லுவதுண்டு. இறந்தவர்களின் ஆவி அவர்கள் மூலமாகத்தான் விஷயங்களைக் கூறும் என்பார்கள்.

'ஆமாம். அப்படித்தான் என்று நினைக்கிறேன். அவர் கூறிய சில விஷயங்களைக் கேட்டு திரு. ஷெல்வான்கர் அதிர்ச்சியே அடைந்தார் என்றால் பாருங்கள்.'

'அவர் இப்போது எங்கே இருக்கிறார்?'

'அவர் கலிம்பாங்குக்கு போயிருக்கிறார். அங்கே திபெத்திய சாதுக்கள் சிலரை அவர் சந்திக்க வேண்டியிருந்தது. இருந்தாலும், கேங்டாக்குக்குத் திரும்பி வருவதாகக் கூறியிருக்கிறார்.'

'திரு. ஷெல்வான்கரிடம் அவர் என்ன கூறினார். உங்களுக்கு ஏதாவது அதைப் பற்றி தெரியுமா?'

'தெரியும், என் முன்பாகத்தான் அவர்கள் இருவரும் பேசிக் கொண்டார்கள். தொழில், இறந்து போன அவரது மனைவிகள், அவரது மகன் பற்றியெல்லாம் திரு. ஷெல்வான்கரிடம் டாக்டர் வைத்யா கூறினார். சமீபகாலமாக அவர் கொஞ்சம் மனக் கலக்கத்துடன் இருப்பதாகவும் அவர் தெரிவித்தார்.

'அதற்கு என்ன காரணமாக இருக்கும்?'

'எனக்குத் தெரியாது.'

'திரு. ஷெல்வான்கர் உங்களிடம் எதையும் கூறவில்லையா?'

'இல்லை. ஆனால், ஏதோ விஷயம் இருக்கிறது என்பதை என்னால் உணர முடிந்தது. சில நேரங்களில் ஏதாவது யோசனையில் அவர் ஆழ்ந்து விடுவதுண்டு. சில நேரங்களில் அவர் பெருமூச்சு விடுவதையும் நான் கேட்டிருக்கிறேன். ஒருநாள், முன்னால் உள்ள வராந்தாவில் அமர்ந்து நாங்கள் தேநீர் குடித்துக் கொண்டிருக்கும்போது, அவருக்கு தந்தி ஒன்று வந்தது. அதில் என்ன எழுதியிருந்தது என்று எனக்குத் தெரியாது. ஆனாலும், அது அவரை மிகவும் பாதித்தது என்று மட்டும் கூறமுடியும்.'

'திரு. ஷெல்வான்கர் விடத்தில் இறந்துவிடுவார் என்று டாக்டர் வைத்யா சொன்னாரா என்ன?'

'இல்லை; அப்படியொன்றும் விலாவாரியாகக் கூறவில்லை. ஆனாலும், அடுத்த சில நாள்களுக்கு மட்டும் கவனமாக இருக்க வேண்டும் என்று திரு. ஷெல்வான்கரிடம் அவர் கூறியது உண்மைதான். பிரச்சனையும் மோசமான நிலையும் நீடிக்கும் என்பதற்கான அறிகுறி அதில் தென்பட்டது வெளிப்படை.'

காபி வந்து சேர்ந்தது. நாங்கள் அமைதியாக அதை அருந்தினோம். திரு ஷெல்வான்கரின் மரணம் மிகவும் அபூர்வமான, விசித்திரமானதொரு விடத்தால் நேர்ந்திருக்கும் என்று வைத்துக் கொண்டாலும்கூட, ஏதோ இடிப்பது போலவே நான் உணர்ந்தேன். ஃபெலுடா தனது விரல்களைச் சொடுக்குவதில் இருந்து, அவரும் அதேபோன்று சிந்திக்கிறார் என்று எனக்குத் தெரிந்தது. அவர் மனத்தில் சந்தேகம் எதுவும் எழாமல் அவர் இதுபோல் செய்வதில்லை.

நாங்கள் காபியைக் குடித்து முடித்துவிட்டு எழுந்து விடை பெற்றுக் கொண்டோம். வாயில் வரையில் ஹெல்மட் எங்களுடன் நடந்து வந்தார்.

'காபிக்கு நன்றி' என்று ஃபெலுடா அவரிடம் கூறினார். 'இன்னும் ஒரு வாரம் நீங்கள் இருப்பது உறுதி என்றால், நாம் நிச்சயமாக மீண்டும் சந்திப்போம். நாங்கள் ஸ்னோ வியூ ஹோட்டலில்தான் தங்கியிருக்கிறோம். டாக்டர் வைத்யா திரும்பி வந்த பிறகு எனக்குத் தகவல் தெரிவியுங்கள்.'

இதற்கு பதிலாக ஹெல்மட், ஒன்றே ஒன்றை மட்டும்தான் சொன்னார்: 'அந்தச் சிலைக்கு என்ன நேர்ந்தது என்பதை அறிந்து கொள்ள முடிந்தால் நான் மிகவும் மகிழ்ச்சி அடைவேன்.'

மூன்று

பனிமூட்டம் விலகியபோதிலும் வானம் இன்னமும் மூட்டமாகத்தான் இருந்தது. மழையும் பெய்யத் தொடங்கியது. மழை பெய்வதை நான் பொருட்படுத்தவில்லை. வெறும் லேசான தூறல்தான். சின்னஞ்சிறிய மழைத் துளிகள் உடைந்து சிதறி மெலிதானப் படலமாக மாறிக் கொண்டிருந்தன. இது போன்றதொரு மழையில் யாருக்கும் குடை தேவைப்படாது. அது மிகவும் உற்சாகம் அளிப்பதாகவே இருந்தது.

எங்கள் ஹோட்டலுக்கு அருகிலேயே பாட்டா கம்பெனியின் கிளை இருப்பதை நாங்கள் கண்டுபிடித்தோம். அதிர்ஷ்டவசமாக நாங்கள் விரும்பிய காலணிகள் அவர்களிடம் இருந்தன. எங்களது பார்சல்களை எடுத்துக்கொண்டு நாங்கள் வெளியே வந்தபோது ஸ்பெலுடா சொன்னார்: 'இந்த ஊரில் நமக்கு வழி தெரியாது என்பதால் டாக்ஸியை பிடிப்பது நல்லது.'

'எங்கே?'

'திபெத்திய நிலையத்துக்கு அவர்களிடம் டங்காக்கள் எனப்படும் சுவற்றில் மாட்டும் கண்ணைக் கவரும் துணி ஓவியங்கள், புராதன கையெழுத்துப் பிரதிகள், தாந்திரிகக் கலைப்பொருள்கள் ஆகியவை இருக்கும் எனக் கேள்விப்பட்டிருக்கிறேன்.'

'சந்தேகப்படத் தொடங்கிவிட்டார்களா என்ன? ஸ்பெலுடா, இதற்கு நேரடியான பதிலைத் தருவார் என்று என்னால் உறுதியாகக் கூற முடியாவிட்டாலும், இந்தக் கேள்வியை அவரிடம் கேட்டேன்.

'ஏன், நான் எதற்காக சந்தேகப்பட வேண்டும்?'

'திரு. ஷெல்வான்கரின் மரணம் உண்மையிலேயே விபத்தினால்தான் ஏற்பட்டதா என்றுதான்?'

'அந்த முடிவுக்கு நான் வரும்படி இன்னும் எனக்கு எந்தக் காரணமும் கிடைக்கவில்லை.'

'ஆனாலும் அந்தச் சிலை காணாமல் போயிருக்கிறது, இல்லையா?'

'அதனால் என்ன? அவரது சட்டைப் பையிலிருந்து அது தவறி கீழே விழுந்திருக்கலாம். வேறு யாராவது அதைத் திருடியிருக்கலாம். அப்படித்தான் இருக்கவேண்டும். கொலை செய்வது எளிதான ஒரு விஷயம் அல்ல. மேலும், ஆயிரம் ரூபாய் மதிப்புள்ள ஒரு சிலைக்காக யாரும் கொலை செய்வார்கள் என்று நான் நம்பவில்லை.'

அதற்கு மேல் நான் எதுவும் பேசவில்லை. இருந்தாலும், இவற்றிலிருந்து ஏதாவது ஒரு மர்மம் வெளிப்பட்டது என்றால், அது நல்ல வேடிக்கையாகவே இருக்கும்.

சாலை ஓரத்தில் ஜீப்கள் வரிசையாக நின்று கொண்டிருந்தன. அங்கிருந்த நேபாளி டிரைவர்களில் ஒருவரை ஃபெலுடா அணுகினார். 'திபெத்திய நிலையத்துக்குச் செல்லவேண்டும். உங்களுக்கு வழி தெரியுமல்லவா?'

'ஆமாம் சார், எனக்குத் தெரியும்.'

நாங்கள் ஜீப்பில் ஏறி டிரைவரின் பக்கத்திலேயே அமர்ந்து கொண்டோம். அவர் பாக்கெட்டில் இருந்து நீளமான கம்பளி துண்டு ஒன்றை எடுத்து கழுத்தில் சுற்றி போட்டுக்கொண்டார். ஜீப்பை திருப்பினார். எங்களை அந்த ஊருக்கு அழைத்து வந்த பாதையிலேயே நாங்கள் மீசல்லத் தொடங்கினோம். ஆனால், இந்த முறை எதிர்திசையில் சென்று கொண்டிருந்தோம்.

ஃபெலுடா டிரைவருடன் பேசத் தொடங்கினார்.

'சமீபத்தில் நடந்த விபத்தைப் பற்றி நீங்கள் கேள்விப் பட்டீர்களா?

'ஆமாம். கேங்டாக்கில் எல்லோருக்குமே தெரியும்.'

'அந்த ஜீப்பின் டிரைவர் மட்டும் தப்பிப் பிழைத்தார், இல்லையா?'

'ஆமாம். அவன் மிகவும் அதிர்ஷ்டக்காரன்தான். போன வருஷம் இதேபோல் ஒரு விபத்து நடந்தது. அதில் டிரைவர் உயிரிழந்தார், பயணி தப்பித்துக் கொண்டார்.'

'அந்த டிரைவரை உங்களுக்குத் தெரியுமா?'

'நிச்சயமாக. கேங்டாக்கில் அனைவருக்குமே ஒருவரையொருவர் நன்றாகத் தெரிந்திருக்கும்.'

'அவர் இப்போது என்ன செய்கிறார்?'

'வேறொரு டாக்ஸி ஓட்டிக் கொண்டிருக்கிறார். எஸ்கேஎம் 643. அது புத்தம் புதிய டாக்ஸி!'

'விபத்து நடந்த இடத்தை நீங்கள் சென்று பார்த்தீர்களா?'

'ஆமாம். வடக்கு சிக்கிம் நெடுஞ்சாலையில்தான் அது இருக்கிறது. இங்கிருந்து மூன்று கிலோமீட்டர் தூரம் இருக்கும்.'

'நாளைக்கு எங்களை அங்கே கூட்டிச் செல்கிறீர்களா?'

'நிச்சயமாக, ஏன் முடியாது?'

'நல்லது. நாளை காலையில் எட்டு மணிக்கு ஸ்னோ வியூ ஹோட்டலுக்கு வாருங்கள். உங்களுக்காக நாங்கள் காத்திருப்போம்.'

'நல்லது சார்.'

சாலை, காட்டின் வழியாக நேராக திபெத்திய நிலையத்தைச் சென்று அடைந்தது. இந்தக் காட்டில்தான் ஆர்ச்சிட் எனப்படும் வண்ணமயமான பூக்கள் பூக்கின்றன என்று டிரைவர் கூறினார். நின்று அவற்றைப் பார்த்துச் செல்ல போதுமான நேரம் எங்களிடம் இல்லை. அந்த நிலையத்தின் நுழைவாயிலுக்கு அருகே சென்று எங்கள் ஜீப் நின்றது. மிகப்பெரிய இரண்டுக்கு கட்டடம் அது. அதன் சுவர்களில் விசித்திரமான திபெத்திய பூசுவேலைகள் செய்யப்பட்டிருந்தன. மிகவும் அமைதியாக இருந்ததால் நிலையம் மூடப்பட்டுவிட்டதோ என்று நான் நினைத்தேன். பின்புதான் முன்வாசல் கதவு திறந்திருப்பதை நாங்கள் கண்டோம். ஒரு பெரிய ஹாலுக்குள் நாங்கள் அடியெடுத்து வைத்தோம். சுவற்றில் டங்காக்கள் தொங்கிக் கொண்டிருந்தன. தரையில் கலைப் பொருள்கள் அடுக்கி வைக்கப்பட்டிருந்த கண்ணாடிப் பெட்டிகள் வரிசையாக அமைக்கப் பட்டிருந்தன.

இதற்குப் பிறகு எங்கே செல்வது என்று நாங்கள் யோசித்துக் கொண்டிருந்த போதுதான் ஒரு திபெத்திய மனிதர், தளதள வென்ற சிக்கிம் பாணி உடையணிந்தவராக எங்களை நோக்கி வந்தார்.

'இந்தக் காட்சியகத்தின் பாதுகாப்பாளரை நாங்கள் பார்க்க முடியுமா?' என்று பணிவாகக் கேட்டார் ஃபெலுடா.

'முடியாது. உடல் நிலை காரணமாக அவர் இன்று விடுமுறை. நான் அவரது உதவியாளர்தான். உங்களுக்கு ஏதாவது உதவி தேவைப்படுகிறதா?'

'நல்லது. உண்மையில் குறிப்பிட்டதொரு திபெத்திய சிலை பற்றி சில விவரங்கள் எனக்குத் தேவைப்படுகிறது. அதன் பெயர் என்னவென்று எனக்குத் தெரியாது. ஆனால், அந்தச் சிலைக்கு ஒன்பது தலைகளும் முப்பத்தி நான்கு கைகளும் இருக்கும். ஒருவேளை அது திபெத்திய கடவுளாக இருக்குமோ?'

அந்த மனிதர் புன்னகைத்தார். 'ஆமாம், ஆமாம். திபெத்தில் நிறைய கடவுள்கள் இருக்கின்றன. நீங்கள் யமன்தக் பற்றித்தான் கூறுகிறீர்கள். இங்கும்கூட யமன்தக் சிலை இருக்கிறது. என்னோடு வாருங்கள், அதை நான் காட்டுகிறேன். ஒருசில நாள்களுக்கு முன்புதான் யாரோ ஒருவர் அதேபோன்ற மிக அழகான

சிலையைக் கொண்டு வந்திருந்தார். நான் பார்த்தவற்றிலேயே அதுதான் மிகச் சிறந்தது. ஆனால், துரதிருஷ்டவசமாக அவர் இறந்து போய் விட்டார்.'

'அப்படியா?!' என்று வியப்படைந்தது போன்ற தோற்றத்துடன் ஃபெலுடா கேட்டார்.

நாங்கள் அவரை பின்தொடர்ந்து சென்று ஒரு பெரிய கண்ணாடி பேழைக்கு முன்பாக நின்றோம். அவர் அதிலிருந்து சிறியதொரு சிலையை வெளியே எடுத்தார். அதைப் பார்த்த உடன் பயத்தால் நான் உறைந்து போனேன். அடக் கடவுளே! இது கடவுளா அல்லது பூதமா? அந்த ஒன்பது முகங்கள்! ஒவ்வொன்றுமே மிகப் பயங்கரமான உணர்வுகளை வெளிப்படுத்திக் கொண்டிருந்தன. பிறகு, அவர் அச்சிலையைத் திருப்பி அதன் அடிப்புறத்தில் சிறு ஓட்டை இருப்பதை எங்களுக்குக் காண்பித்தார். பிரார்த்தனைகள் எழுதப்பட்ட ஒரு காகிதத்தை சுருட்டி, அந்த ஓட்டை வழியாகச் செலுத்தி விடுவது வழக்கம் என்று அவர் கூறினார். இது 'புனித ஜீரணக் குழாய்' என்று அழைக்கப் படுகிறது!

மீண்டும் அந்தச் சிலையை பேழையில் வைத்துவிட்டு அவர் எங்களைப் பார்த்துச் சொன்னார்: 'நான் சொல்லிக் கொண்டிருந்த அந்த யமன்தக் சிலையின் உயரம் வெறும் மூன்று அங்குலம்தான் இருக்கும். ஆனால், அதன் வேலைப்பாடு மிகவும் அருமையாக இருந்தது. அதன் கண்களாக இரண்டு சிறிய ரத்தினங்கள் ஒளிவிட்டுக் கொண்டிருந்தன. நாங்கள் எவருமே அதுபோன்றதொரு சிலையை இதற்கு முன் பார்த்ததே இல்லை. எங்கள் காட்சியகத் தலைவரையும் சேர்த்துத்தான் சொல்கிறேன். அதுவும் அவர் திபெத் முழுவதும் சுற்றி வந்திருக்கிறார்; தலாய்லாமாவையும் சந்தித்திருக்கிறார்; ஏன், அவருடன் அமர்ந்து மனித மண்டையோட்டில் தேநீர்கூட அருந்தியிருக்கிறார்!'

'இதுபோன்ற சிலை மிகவும் விலை உயர்ந்ததாக இருக்குமோ? அதாவது, அது தங்கத்தால் செய்யப்பட்டிருந்த நிலையில்...'

அவர் மீண்டும் சிரித்தார். 'நீங்கள் என்ன கேட்கிறீர்கள் என்று எனக்குப் புரிகிறது. அந்த மனிதர் அச்சிலையை ஆயிரம் ரூபாய்க்கு வாங்கி இருக்கிறார். அதன் உண்மையான மதிப்பு பத்தாயிரத்துக்கும் அதிகமாகவே இருக்கும்!'

அதன்பிறகு அவர் அந்த ஹாலில் உள்ள இதர பொருள்களைக் காட்டி விரிவாக விளக்கினார். ஃபெலுடா மிகவும் அமைதியாகக் கேட்டுக் கொண்டிருந்தார். ஆனால், என்னால் திரு ஷெல்வான்கரின்

மரணத்தைப் பற்றி மட்டும்தான் சிந்திக்க முடிந்தது. வெறும் பத்தாயிரம் ரூபாய்க்காக யாராவது கொலை செய்வார்களா என்? ஆனால், நான் எனக்குள்ளேயே உறுதியாகக் கூறிக்கொண்டேன்: 'திரு. ஷெல்வான்கர் கத்தியால் குத்தப்பட்டோ, குழுத்து நெரிக்கப்பட்டோ, அல்லது விஷம் வைத்தோ கொல்லப்படவில்லை. மலையிலிருந்து உருண்டு வந்த பாறாங்கல் அவரது ஜீப்பின் மீது விழுந்ததில்தான் இறந்திருக்கிறார். அது விபத்தாகத்தான் இருக்க வேண்டும்.'

நாங்கள் கிளம்பவிருந்த நேரத்தில் எங்களது வழிகாட்டி திடீரென்று சிரித்துவிட்டுச் சொன்னார்: 'இந்த யமனத் சிலை, ஏன் இவ்வளவு கலக்கத்தை ஏற்படுத்தியிருக்கிறது என்பதுதான் என் ஆச்சரியம். இந்தச் சிலை பற்றி வேறு ஒருவரும்கூட விசாரித்தார்.'

'யார், இறந்து போனாரே அவரா?'

'இல்லையில்லை. வேறு ஒருவர். அவரது பெயரையோ அல்லது முகத்தையோ என்னால் நினைவுபடுத்திக்கொள்ள முடியவில்லை. அவர் கேட்ட கேள்விகள் மட்டும்தான் என் நினைவில் இருக்கிறது. அன்றைக்கு இங்கே வந்திருந்த அமெரிக்க பயணிகளுடன் நான் மிகவும் வேலையாக இருந்தேன். அவர்கள் நமது சோக்யாலின் விருந்தினர்கள். எனவேதான்....'

நாங்கள் மீண்டும் ஜீப்பில் ஏறியபோது மணி ஐந்து அடிக்க ஐந்து நிமிடமே இருந்தது. இருந்தாலும், ஏற்கெனவே இருட்டி யிருந்தது. காலை நேரம் இவ்வளவு விரைவாக மறைந்து போகாது என்ற நிலையில், இது எனக்கு வியப்பைத் தந்தது. நாங்கள் காட்டைக் கடந்து சமவெளிக்கு வந்தபோதுதான் இதற்கான காரணம் எனக்குத் தெளிவாகியது. வானத்தின் மேற்குப் பகுதியில் கரு மேகங்கள் திரண்டு வந்தன. பொதுவாக இரவு நேரங்களில்தான் மழை பெய்யும்' என்றார் எங்கள் டிரைவர். 'காலை நேரங்கள் இங்கே பொழுது சாய்ந்த மாதிரிதான் இருக்கும்.' இதர இடங்களைப் பார்க்க முயற்சி செய்வதில் இப்போது பலன் ஏதும் இல்லை என்ற நிலையில், நாங்கள் ஹோட்டலுக்குத் திரும்புவது என்று தீர்மானித்தோம்.

திரும்பி வரும் வழியில் ஃபெலுடா ஒரு வார்த்தைகூட பேசவில்லை. அவர் வெறுமனே ஜீப்புக்கு வெளியே பார்த்துக் கொண்டே வந்தார். பார்ப்பதை எல்லாம் மனத்துக்குள் வாங்கிக் கொண்டிருந்தார். வேறொரு நாளில், இதே பாதையில் நாங்கள் மீண்டும் செல்வோமானால், இப்பொழுது பார்க்கும் கடைகள் அனைத்தின் பெயர்களையும் அவரால் நினைவுபடுத்திக் கூற

முடியும். இத்தகைய மகத்தான ஒருங்கிணைந்த பார்வைத் திறனையும் ஞாபக சக்தியையும் என்னால் எந்தக் காலத்திலும் பெறமுடியுமா? சாத்தியமில்லை என்றே நினைத்தேன்.

எங்கள் ஹோட்டலுக்கு முன்பாக நாங்கள் ஜீப்பிலிருந்து இறங்கும்போது, திரு. போஸை நாங்கள் மீண்டும் பார்த்தோம். அப்பொழுதுதான் கடைத் தெருவிலிருந்து அவர் திரும்பியது போல் தெரிந்தது. ஃபெலுடா அவரை அழைத்தபோது, அவர் திடுக்கிட்ட மாதிரி இருந்தது, இன்னும் யோசனையுடன் இருப்பதாகவே தோன்றினார். பிறகு அவர் நிமிர்ந்து பார்த்து, எங்களைக் கண்டு, புன்னகையுடன் எங்களை நோக்கி வந்தார். 'எல்லாம் ஏற்பாடு செய்தாகிவிட்டது. நாளை காலை விமானத்தில் நான் புறப்படுகிறேன்.'

'நீங்கள் பம்பாய்க்கு போய்ச் சேர்ந்ததும் எனக்காக கொஞ்சம் விசாரித்து சொல்லமுடியுமா? என்றார் ஃபெலுடா. 'திரு ஷெல்வான்கர் மதிப்பிடற்கரிய திபெத்திய சிலை ஒன்றை வாங்கியிருந்தார். அவரது சொந்த பொருள்களுடன் அந்தச் சிலையும் பம்பாய்க்கு அனுப்பப் பட்டு விட்டதா என்று விசாரிக்க வேண்டும்.'

'ஆகட்டும். உங்களுக்காக அதைச் செய்கிறேன். அது சரி, அதைப் பற்றி உங்களுக்கு எப்படித் தெரியும்?'

திரு. சர்க்கார், அந்த ஜெர்மன் போட்டோ கிராபர் ஆகி யோருடன் நடந்த உரையாடல் பற்றி சுருக்கமாக ஃபெலுடா எடுத்துக் கூறினார். 'அந்தச் சிலையை அவருடனேயே வைத் திருப்பார் என்று நினைப்பது இயற்கைதான். இது மாதிரியான கலைப் பொருள்களில் அவருக்கு மிகுந்த ஈடுபாடு உண்டு என்றார் திரு. போஸ். பிறகு, திடீரென்று எதையோ நினைவுபடுத்திக் கொண்டதுபோல் அவரது முகபாவம் மாறியது. வியப்பும் வேடிக்கையும் கலந்த ஓர் உணர்வுடன் அவர் ஃபெலுடாவை ஏறெடுத்துப் பார்த்தார்.

'அது சரி, நீங்கள் ஒரு துப்பறியும் நிபுணர் என்பதை என்னிடம் சொல்லவே இல்லையே!'

ஃபெலுடாவுக்கும் எனக்கும் தூக்கிவாரிப் போட்டது. அவருக்கு எப்படித் தெரிந்தது? திரு. போஸ் சிரிக்கத் தொடங்கினார். பின்பு, தனது பர்ஸை திறந்து ஒரு சிறிய விசிட்டிங் கார்டை வெளியே எடுத்தார். அது ஃபெலுடாவின் விசிட்டிங் கார்துதான் என்பதைக் கண்டு ஆச்சரியமுற்றேன். 'பிரதோஷ் சந்திர மித்தர் தனியார் துப்பறியும் நிபுணர்' என்று அதில் எழுதியிருந்தது.

'அன்றைக்கு அந்த ஜீப் டிரைவரிடம் நீங்கள் பணம் கொடுக்கும் போது இது உங்கள் பாக்கெட்டில் இருந்து கீழே விழுந்துவிட்டது. அவர் அதை எடுத்து, என்னுடையதாக இருக்கும் என்று நினைத்து என்னிடம் கொடுத்தார். அப்பொழுதும்கூட நான் அதைப் பார்க்கவில்லை. ரொம்ப நேரத்துக்குப் பிறகுதான் கவனித்தேன். பரவாயில்லை. நான் இதை வைத்துக்கொள்ளலாம், இல்லையா? இதோ என்னுடைய கார்ட். இங்கே ஏதாவது புதிய விவரம் தெரிந்தால். அதாவது, நான் இங்கே இருக்க வேண்டும் என்று நீங்கள் நினைத்தால், தயவுசெய்து பம்பாயில் எனக்கு தந்தி அனுப்புங்கள். அடுத்து கிடைக்கும் விமானத்திலேயே நான் வந்துவிடுவேன். நல்லது, நாளை அநேகமாக உங்களைப் பார்க்க முடியாது என்று நினைக்கிறேன். திரு. மித்தர், போய் வருகிறேன். உங்கள் நேரத்தை நன்றாகச் செலவிடுங்கள் என்று கூறிவிட்டு, கையை உயர்த்தி விடைபெற்றுக் கொண்டு, திரு போஸ் பயணியர் பங்களாவை நோக்கி வேகமாக நடந்தார். மீண்டும் மழை பெய்யத் தொடங்கியது.

நாங்கள் அறைக்குள் நுழைந்த உடனேயே, ஷூக்களை கழற்றி எறிந்துவிட்டு படுக்கையில் 'பொத்' என விழுந்தார் ஃபெலுடா. 'அப்பாடா!' என்றார் அவர். எனக்கும்கூட சோர்வாகத்தான் இருந்தது. எங்களது முதல் நாளிலேயே இப்படி வித்தியாசமான பல விஷயங் களைப் பார்ப்போம், கேட்போம் என்று யாருக்குத் தெரியும்.

மேல் கூரையை உற்றுப் பார்த்தபடியே ஃபெலுடா சொன்னார்: 'கொஞ்சம் கற்பனை செய்து பார். அந்தக் குற்றவாளிக்கு மட்டும் ஒன்பது தலை இருந்தால் நாம் என்ன செய்வோம் என்று நீ நினைக்கிறாய்? அவனை நோக்கிச் சென்று பின்னாலிருந்து கட்டிப்பிடிக்க யாராலும் முடியாது!'

'அப்புறம் முப்பத்தி நான்கு கைகள்! அவற்றை என்ன செய்வது?

'ஆமாம். அவனைக் கைது செய்ய பதினேழு ஜோடி கைவிலங்குகளை நாம் பயன்படுத்த வேண்டியிருக்கும்!'

வெளியே பலமாக மழை பெய்து கொண்டிருந்தது. நான் எழுந்து விளக்குகளைப் போட்டேன். ஃபெலுடா ஒரு கையை நீட்டி அவரது கைப்பைக்குள் நுழைத்தார். ஒரு நொடியில் அவருக்கு முன்னால் அவரது புகழ்பெற்ற நீல நிறக் குறிப்பேடு இருந்தது. அவர் கையில் ஒரு பேனாவும் இருந்தது. எங்கேயோ ஒரு மர்மம் இருக்கிறது என்று ஃபெலுடா, தெளிவாக முடிவுசெய்து விட்டதாகவே தெரிந்தது. அவர் தனது விசாரணையைத் தொடங்கி விட்டார் என்றே தோன்றியது.

'இன்று நாம் சந்தித்த ஒவ்வொரு புதுநபரின் பெயரையும் உன்னால் உடனடியாகச் சொல்ல முடியுமா?'

இதுபோன்ற ஒரு கேள்வி வரும் என்றே நான் எதிர்பார்க்க வில்லை. எனவே, ஒரு சில விநாடிகள் நான் ஃபெலுடாவை வெறித்துப் பார்த்துக் கொண்டிருந்தேன். பின்பு, மென்று விழுங்கிக்கொண்டே கேட்டேன்: 'இன்றைக்கா! ஒவ்வொரு புது நபரையுமா?! பக்டோக்ராவிலிருந்து ஆரம்பிக்க வேண்டுமா?'

'இல்லை, முட்டாளே! கேங்டாக்கில் நாம் சந்தித்தவர்களை மட்டும் சொல்!'

'நல்லது. சசாதர் தத்தா!'

'தவறு. மீண்டும் முயற்சி செய்!'

'மன்னிக்க வேண்டும். நான் குறிப்பிட்டது சசாதர் போஸ். பக்டோக்ரா விமான நிலையத்தில் நாம் அவரை சந்தித்தோம்.'

'சரி. அவர் ஏன் கேங்டாக்குக்கு வந்தார்?'

'ஏதோ… நறுமணம் வீசும் செடிகள் தொடர்பாக. அப்படித்தானே அவர் சொன்னார்.'

'இல்லை. இதுபோன்ற மேலோட்டமான பதில் சரிப்படாது. மிகத்தெளிவாகக் கூற வேண்டும். 'முயற்சி செய்!'

'கொஞ்சம் பொறுங்கள். அவர் தனது கூட்டாளி சிவகுமார் ஷெல்வான்கரை பார்க்க இங்கே வந்திருந்தார். அவர்கள் ஒரு கெமிக்கல் கம்பெனி நடத்தி வருகிறார்கள். மேலும், மற்ற விஷயங்கள்…'

'சரி, சரி. அது போதும். அடுத்து?'

'அந்த ஹிப்பி!'

'அவரது பெயர்?'

'ஹெல்மட்'

'இல்லை; ஹெல்மட் இல்லை. ஹெல்மட் அவரது குடும்பப் பெயர்?'

'உங்கர்'

'அவர் ஏன் இங்கு வந்தார்?'

'அவர் ஒரு தொழில்முறை போட்டோகிராபர். சிக்கிம் பற்றி ஒரு நூல் தயாரித்து வருகிறார். அவரது விசா காலமும் நீட்டிக்கப்பட்டது.'

'அடுத்து?'

'நிஷிகாந்த சர்க்கார். டார்ஜிலிங்கில் வசிக்கிறார். என்ன தொழில் செய்கிறார் என்று தெரியாது. அவரிடம் ஒரு திபெத்திய சிலை இருந்தது. அதை அவர்...'

அதற்குள் யாரோ கதவைத் தட்டும் சத்தம் கேட்டது. 'உள்ளே வரலாம்' என்று ஃபெலுடா குரல் கொடுத்தார்.

நான் யாரைப் பற்றி அப்பொழுது பேசிக் கொண்டிருந்தேனோ, அவரே அறைக்குள் நுழைந்து கொண்டிருந்தார். 'உங்களைத் தொந்தரவு செய்யவில்லை என்று நினைக்கிறேன். லாமா நடனம் பற்றி உங்களுக்குச் சொல்லலாம் என்று வந்தேன்' என்றார் நிஷிகாந்த சர்க்கார்.

'லாமா நடனமா, எங்கே?' என்று கேட்டுக் கொண்டே ஃபெலுடா அவருக்கு ஒரு நாற்காலியைக் காட்டினார். திரு. சர்க்கார் அதில் உட்கார்ந்து கொண்டார். வழக்கமான அந்த விசித்திரமான புன்னகை அவரது உதட்டில் அப்பொழுதும் தொங்கிக் கொண்டிருந்தது.

அவர் சொன்னார்: 'ரும்டெக்கில். இங்கிருந்து பத்து மைல் தூரம்தான். அது மிகவும் பிரமாண்டமான விழா. பூடான், கலிம்பாங் போன்ற பகுதிகளிலிருந்து எல்லாம் மக்கள் வருகிறார்கள். ரும்டெக்கின் தலைமை லாமாவுக்குப் பிறகு மூன்றாவது இடத்தில் இருப்பவர் அவர். இதுவரை திபெத்தில்தான் இருந்து வந்தார். இப்பொழுதுதான் அவர் ரும்டெக்குக்குத் திரும்பியிருக்கிறார். அந்த புத்த மடாலயமும் மிகவும் புதியது. பார்க்க வேண்டிய ஒன்றும்கூட. நாளை நீங்கள் போக விரும்புவீர்களா?'

'நாளை காலையில் வேண்டாம். மதிய உணவுக்குப் பிறகு போகலாமா?'

'சரி. மதிப்புக்குரியவரை நீங்கள் தரிசனம் செய்ய விரும்பினால், நாளை மறுநாள் நாம் போகலாம். நான் மூன்று வெள்ளைத் துண்டுகளையும் சேகரித்து வைக்கிறேன்.'

'துண்டு எதற்கு?' என்றேன் நான்.

திரு. சர்க்காரின் புன்னகை இப்பொழுது பெரிதானது. 'அது ஓர் உள்நாட்டுப் பழக்கம். மேல்தட்டு திபெத்தியர் யாரையும் நீங்கள் சந்திக்க விரும்பினால், அவருக்கு ஒரு துண்டை வழங்க வேண்டும். அதை அவர் உங்களிடம் இருந்து வாங்கிய உடனேயே அதைத் திரும்பத் தந்துவிடுவார். அவ்வளவுதான். இதுகுறித்த வரைமுறைகள் எல்லாம் அத்தோடு முடிந்துவிடும்.'

'அவரை தரிசனம் செய்வதற்கு நாம் அவ்வளவு கஷ்டப்பட வேண்டியதில்லை என்றே நான் நினைக்கிறேன். நாம் போய் அந்த நடனத்தை மட்டும் பார்த்துவிட்டு வருவோம்' என்றார் ஃபெலுடா.

'ஆமாம். நானும்கூட அதைத்தான் விரும்பினேன். எவ்வளவு சீக்கிரமாகப் போகிறோமோ அவ்வளவுக்கு நல்லது. இந்தப் பகுதியில் உள்ள சாலைகளுக்கு எப்பொழுது என்ன ஆகும் என்று யாருக்கும் தெரியாது.'

'சரி, ஷெல்வான்கரைத் தவிர வேறு யாரிடமாவது அந்தச் சிலையைப் பற்றி கூறியிருந் தீர்களா?'

திரு. சர்க்காரின் பதில் உடனடியாக வந்தது. 'யாருக்கும் சொல்லவில்லை. ஏன் கேட்கிறீர்கள்?'

'தெரிந்துகொள்ள ஆசைப்பட்டேன், அவ்வளவுதான்.'

'அந்தச் சிலையின் மதிப்பைத் தெரிந்துகொள்ள நானும் விரும்பி னேன். அதற்கான முயற்சியை மேற்கொள்வதற்கு முன்பாகவே நான் திரு. ஷெல்வான்கரை சந்தித்தேன். அவரும் அதை வாங்கிக் கொண்டார். ஒன்றை மட்டும் தெரிந்துகொள்ளுங்கள். உடனேயே அவர் பணம் கொடுத்துவிடவில்லை. மறுநாள் வரை நான் காத்திருக்க வேண்டியிருந்தது.'

'அவர் உங்களுக்குப் பணமாகக் கொடுத்தாரா?'

'இல்லை; அவரிடம் அவ்வளவு பணம் இல்லை. எனக்கு செக்காகத்தான் கொடுத்தார். இதோ பாருங்கள்!' என்று, தன் மணிபர்ஸில் மடித்து வைத்திருந்த காசோலையை எடுத்து ஃபெலுடாவிடம் காட்டினார், திரு. சர்க்கார். நான் குனிந்து அதைப் பார்த்தேன். அது நேஷனல் அன்ட் கிரிண்ட்லேஸ் வங்கியின் காசோலை. ஃபெலுடா அதை திரு. சர்க்காரிடம் திருப்பிக் கொடுத்தார்.

'சந்தேகமாக ஏதாவது இருக்கிறதா என்ன?' என்று திரு. சர்க்கார் கேட்டார். அப்பொழுதும் அவர் சிரித்துக்கொண்டுதான் இருந்தார். அவர் கவலைப்பட்டாலோ, உணர்ச்சிவசப்பட்டாலோ அவருக்கு திக்கும் என்பதைப் பின்புதான் நான் புரிந்துகொண்டேன். 'இல்லை, இல்லை' என்றபடியே ஃபெலுடா கொட்டாவி விட்டார். திரு. சர்க்கார் போவதற்காக எழுந்தார். அதே நேரத்தில் மின்னல் ஒளி வீசியது. தொடர்ந்து காதுகளைச் செவிடாக்கும் வகையில் இடிச்சத்தம் கேட்டது. 'இந்த இடிமின்னல்! இவற்றைத்தான்

என்னால் பொறுத்துக்கொள்ள முடியாது. குட் நைட்' என்று சொல்லிவிட்டு உடனே அவர் சென்றுவிட்டார்.

அன்று மாலை முழுவதும் தொடர்ந்து மழை பெய்துகொண்டே இருந்தது. இரவு உணவு முடித்து, நான் படுக்கைக்குப் போன பிறகும்கூட, அவ்வப்போது எழுந்த இடிச் சத்தங்களுக்கு இடையே, மழை பெய்யும் சத்தத்தை என்னால் கேட்கமுடிந்தது. அப்படியிருந்தும் எனக்குத் தூக்கம் வருவதற்கு நீண்ட நேரம் பிடிக்க வில்லை.

நடு இரவில் நான் திடீரென்று விழித்துக் கொண்டேன். யாரோ எங்கள் ஜன்னலைக் கடந்து செல்வதைப் பார்த்தேன். இதுபோன்ற ஓர் இரவில் எந்தப் பைத்தியக்காரன் இப்படி வெளியே சுற்றிக் கொண்டிருப்பான்? எனக்கு முழுமையான விழிப்பு இல்லாமல்கூட இருந்திருக்கலாம். மின்னல் ஒளியில் ஒரு சில நொடிகளே நான் கண்ட சிவப்புத் துணி அணிந்த அந்த உருவம், கனவைத் தவிர வேறு எதுவுமாக இருக்காது. ஒருவேளை என் கற்பனையாகக்கூட இருக்கக்கூடும்.

நான்கு

___

அடுத்த நாள் காலையில் ஆறரை மணிக்கு நான் எழுந்தேன். மழை முற்றிலுமாக ஓய்ந்திருந்தது. வானத்தில் ஒரு மேகம்கூட தென்படவில்லை. சூரியன் பளீரென உலகத்தின் மீது தன் வெளிச்சத்தைப் பாய்ச்சிக் கொண்டிருந்தான். அந்த மலைத் தொடருக்குப் பின்னால், கன்ஜன்ஜௌங்கா நிற்பதை எங்கள் அறை யிலிருந்தே இப்பொழுது பார்க்க முடிந்தது. இங்கிருந்து காணும் காட்சி டார்ஜீலிங்கில் இருந்து பார்த்ததைவிட முற்றிலும் வித்தியாசமாக இருந்தது. இருந்தாலும்கூட சந்தேகத்துக்கு இட மே யின்றி அதே கன்ஜன்ஜௌங்காதான். இதர மலைகளிலிருந்து வேறுபட்டு, தனித்தன்மையோடும் பெருமிதத்தோடும், ஓங்கி உயர்ந்து அழகாக அங்கே நின்றது.

எனக்கு முன்னாலேயே எழுந்துவிட்ட ஃபெலுடா ஏற்கெனவே குளியலையும் முடித்து விட்டார். 'சீக்கிரம் தொப்ஷே. நிறைய வேலைகள் செய்ய வேண்டியிருக்கிறது' என்றார் அவர். நான் தயாராவதற்கு அரை மணி நேரம்தான் ஆனது. நாங்கள் காலை உணவுக்காகக் கீழே இறங்கியபோது ஏழு மணி கடந்து சில நிமிடங்களே ஆகியிருந்தது. ஆச்சரியமான வகையில், திரு. சர்க்கார் ஏற்கெனவே சாப்பிடும் அறையில் உட்கார்ந்திருந்தார்.

'காலை வணக்கம்! நீங்களும் காலையில் சீக்கிரமே எழுந்திருப்பவர் போலும்' என்றார் ஃபெலுடா.

திரு சர்க்கார் புன்னகை செய்தார். எனினும் அவர் ஏதோ யோசனையில் இருப்பது போலவும், எதற்கோ நடுங்குவது போலவும் தெரிந்தது.

'உம்... நீங்கள் நன்றாகத் தூங்கினீர்களா?' என்று அவர் கேட்டார்.

'மோசமாக இல்லை. ஏன், என்ன விஷயம்?'

சுசங்கியிருந்த ஒரு மஞ்சள் நிற காகிதத் துண்டை பாக்கெட்டில் இருந்து வெளியே எடுப்பதற்கு முன்பு, திரு. சர்க்கார் சுற்றுமுற்றும் பார்த்தார். பிறகு, அதை ஃபெலுடாவிடம் கொடுத்துவிட்டுக் கேட்டார்: 'இதைப் பற்றி நீங்கள் என்ன நினைக்கிறீர்கள்?'

ஃபெலுடா அந்தக் காகிதத்தை விரித்தார். கறுப்பு மையில் ஏதோ விசித்திரமான சில எழுத்துகள் இருந்தன. 'இதைப் பார்ப்பதற்கு திபெத்திய வார்த்தை மாதிரி தெரிகிறது. எங்கிருந்து கிடைத்தது?'

'நேற்றிரவு... அதாவது, நடுராத்திரியில் யாரே இதை என் அறைக்குள் வீசிவிட்டு சென்றிருக்கிறார்கள்.'

'என்ன?' எனக்குத் தூக்கிவாரிப் போட்டது. திரு. சர்க்காரின் அறை எங்களுக்கு பக்கத்து அறைதான். எங்கள் அறைக்கு முன்பாகச் செல்லும் அதே வராந்தாதான் அவரது அறையையும் தாண்டிச் செல்கிறது. அப்படியானால், நேற்றிரவு நான் பார்த்த ஆள் உண்மையான மனிதன்தான். கனவில் வந்து போனவனல்ல. என்றால் அவன்! இல்லை; எதுவும் கூற நான் விரும்பவில்லை.

'இது என்ன சொல்கிறது என்று தெரிந்துகொள்ள விரும்பு கிறேன்' என்றார் திரு. சர்க்கார்.

'நிச்சயமாக அது ஒன்றும் பெரிய பிரச்சனை இல்லை. இங்கிருப்பவர்களில் ஒரு சிலராவது திபெத்திய மொழி படிக்கத் தெரிந்தவர்களாக இருப்பார்கள். வேறு யாராலும் உங்களுக்கு உதவ முடியவில்லை என்றாலும், திபெத்திய நிலையத்துக்கு நீங்கள் போகலாம். ஆனாலும், இதை ஏன் அச்சுறுத்தல் என்று எடுத்துக் கொள்கிறீர்கள்? அது வெறுமே, 'நூறாண்டு காலம் வாழ்க!', 'கடவுள் உன் பக்கம்' அல்லது இதுபோன்ற ஏதாவது வாக்கியமாகக்கூட இருக்கலாம், அல்லவா? இதை ஓர் எச்சரிக்கை என்றோ, அச்சுறுத்தல் என்றோ எடுத்துக்கொள்வதற்கு உங்களிடம் ஏதாவது காரணம் இருக்கிறதா?'

திரு. சர்க்கார் இதைக் கேட்டு ஆடித்தான் போனார். பிறகு, சிரித்துக்கொண்டே அவர் சொன்னார்: 'இல்லை, இல்லை; நிச்சயமாக இல்லை. என் வேலையைத்தான் நான் பார்த்துக் கொண்டு செல்கிறேன். ஏன் யாராவது என்னை அச்சுறுத்த வேண்டும்? ஏன் எனக்கு வாழ்த்து சொல்லவேண்டும். அதாவது, திடீரென்று எதிர்பாராத நேரத்தில் இதுமாதிரி, ஏன்?'

ஃபெலுடா ஒரு சர்வரைக் கூப்பிட்டு காலை சிற்றுண்டிக்கு ஆர்டர் கொடுத்தார். 'கவலைப்படுவதை நிறுத்துங்கள். நாங்கள் இருவரும்தான் உங்களுக்கு பக்கத்திலேயே இருக்கிறோம், இல்லையா? நாங்கள் உங்களைப் பார்த்துக் கொள்கிறோம். இப்பொழுது நன்றாகக் காலை உணவை அருந்திவிட்டு ஓய்வெடுத்துக் கொள்ளுங்கள். இன்று மதியம் நாம் காணவிருக்கிற, லாமா நடனத்தைப் பற்றி யோசித்துக் கொண்டிருங்கள்.'

எங்கள் ஜீப் சரியான நேரத்துக்கு வந்தது. நாங்கள் அதில் ஏறப்போகும் நேரத்தில் பயணியர் பங்களா இருந்த பக்கத்தில் இருந்து ஒரு ஜீப் வருவதைப் பார்த்தேன். அது அருகில் வரும்போது அந்த வண்டியின் எண்ணை என்னால் படிக்க முடிந்தது. எஸ்கேஎம் 463. ஏதோ பார்த்த மாதிரி தெரிகிறதே! ஆமாம், ஷெல்வான்கரை அன்று ஏற்றிச் சென்ற டிரைவர் இப்போது ஓட்டும் வண்டியின் எண் அது. டிரைவர் அணிந்திருந்த நீல நிற ஜாக்கெட்டும் லேசாகக் கண்ணில் தென்பட்டது. பிறகு, பயணிகள் இருக்கையில் திரு. போஸ் அமர்ந்திருப்பதைப் பார்த்து ஆச்சரியமடைந்தேன். எங்களைப் பார்த்தவுடன் அவர் தனது ஜீப்பை நிறுத்தினார். வெளியே எட்டிப் பார்த்து எங்களிடம் சொன்னார்: 'ராணுவத்தில் இருந்து தகவல் வருவதற்காக நான் காத்திருந்தேன். நேற்றிரவு பெய்த மழையால் சாலைகள் எல்லாம் ஒழுங்காக இருக்குமா என்றுதான் நான் கவலைப்பட்டுக் கொண்டிருந்தேன்.'

'சரியாக இருக்கிறதல்லவா?'

'ஆமாம். கடவுளுக்குத்தான் நன்றி சொல்லவேண்டும். இல்லை யென்றால் நான் கலிம்பாங்கை சுற்றிப் போயிருக்க வேண்டும்.'

'திரு. ஷெல்வான்கர் கூட இதே டிரைவரைத் தான் பயன் படுத்தினார், இல்லையா?'

திரு. போஸ் இதைக் கேட்டு சிரித்தார். 'ஏற்கெனவே விசாரிக்க ஆரம்பித்து விட்டீர்கள் என்று தெரிகிறது. ஆமாம், நீங்கள் சொல்வது சரிதான். வேண்டுமென்றேதான் நான் இந்த டிரைவரை தேர்ந்தெடுத்தேன். அவரது ஜீப் புத்தம் புதியது; மேலும், ஒரே இடத்தில் மின்னல் வந்து தாக்குவதில்லை, இல்லையா? எப்படி யாயினும் சரி, மீண்டும் விடைபெறுகிறேன்!'

அவரது வண்டி புறப்பட்டு விரைவிலேயே மறைந்துவிட்டது. நாங்கள் எங்கள் ஜீப்பில் ஏறினோம். எங்களை அழைத்துச் செல்லவேண்டிய இடம் குறித்து டிரைவருக்குத் தெரியும் என்பதால்

நாங்கள் அதற்கு மேல் நேரத்தை வீணடிக்கவில்லை. நாங்கள் பயணியர் பங்களாவை நெருங்கியபோது ஹெல்மட் கண்ணில் படுகிறாரா என்று ஏறிட்டுப் பார்த்தேன். இல்லை. எங்களுக்கு இடதுபுறத்தில் ஒரு சரிவு இருந்தது. அது, வீடுகள் வரிசையாக இருந்த மற்றொரு தெருவை நோக்கிச் சென்றது. அவற்றில் ஒன்று பள்ளியைப் போல் தெரிந்தது. அந்தக் கட்டடத்துக்கு முன்னால் விசாலமான மைதானம் இருந்தது. இரண்டு சிறிய கால்பந்து கோல் போஸ்ட்களும் தெரிந்தன. சிறிது நேரத்துக்குப் பிறகு, நான்கு சாலைகள் சந்திக்கும் ஒரு முனையை நாங்கள் வந்தடைந்தோம். எங்கள் வண்டி நேராகச் சென்றது. விரைவிலேயே

'வடக்கு சிக்கிம் நெடுஞ்சாலை' என்ற பெரிய பெயர் பலகை ஒன்று கண்ணில் பட்டது.

ஸ்பெலுடா வாய்க்குள்ளேயே பாடிக் கொண்டி ருந்தார். இப்பொழுது அதை நிறுத்திவிட்டு டிரைவரிடம் கேட்டார்: 'இந்தச் சாலை எதுவரை போகிறது?'

'இது சுங்கம் வரை செல்கிறது சார். பிறகு, இரண்டாகப் பிரிந்து ஒன்று லாசேன்னுக்கும் மற்றொன்று லாசுங்குக்கும் செல்கிறது.'

இந்த இரண்டு இடங்களைப் பற்றியும் நான் கேள்விப்பட்டிருக் கிறேன். இரண்டுமே கடல் மட்டத்திலிருந்து ஒன்பதாயிரம் அடி உயரத்தில் இருப்பவை என்பதோடு, மிகவும் அழகான பகுதிகள்.

'இது நல்ல சாலைதான், இல்லையா?'

'ஆமாம் சார். ஆனாலும், கடுமையான மழைக்குப் பிறகு சில நேரங்களில் இது மோசமாகிவிடுவதும் உண்டு.'

சாலையோரத்தில் இருந்த கட்டடங்கள் எல்லாம் கொஞ்சம் கொஞ்சமாக மறைந்து கொண்டிருந்தன. நாங்கள் இப்போது நகரத்தை விட்டு முற்றிலுமாக வெளியே வந்து, மலையினூடாகச் சென்று கொண்டிருந்தோம். கீழே இருந்த பள்ளத்தாக்கை பார்த்தபோது சோளக் கதிர்களை என்னால் பார்க்க முடிந்தது. மலைப் பகுதியைப் படிப்படியாக வெட்டி யாரோ சோளத்தை, பயிரிட்டிருக்கிறார்கள் என்று தோன்றியது. பார்க்க மிகவும் கவர்ச்சிகரமாகவும் இருந்தது.

இன்னுமொரு பத்து கிலோமீட்டர் தூரம் மௌனமாக வண்டியை ஓட்டிவந்த பிறகு, எங்கள் டிரைவர் திடீரென்று வண்டியை மெதுவாக நகர்த்திக்கொண்டே சொன்னார்: 'இதுதான் அந்த இடம். இங்குதான் அந்த விபத்து நிகழ்ந்தது! ஓர் ஓரமாக அவர் ஜீப்பை நிறுத்தினார். நாங்கள் வெளியே வந்தோம். அந்த இடம் மிகவும் அமைதியாக இருந்தது. ஏதோ ஒரு பறவையின் ஒலியும் தொலைதூரத்தில் சிறிய ஆறு ஒன்று கொப்பளித்துச் செல்லும் சத்தமும்தான் அங்கே கேட்டது.

எங்களுக்கு இடதுபுறத்தில் ஒரு சரிவு இருந்தது; வலதுபுறத்தில் செங்குத்தான மலை இருந்தது. இந்த மலையின் உச்சியில் இருந்துதான் அந்தப் பாறாங்கல் விழுந்திருக்க வேண்டும். அதன் சிதறல்கள் இன்னமும்கூட ஆங்காங்கே சிதறிக் கிடந்தன. அந்த விபத்து பற்றிய நினைவு என்னைக் கொஞ்சம் சஞ்சலத்துக்கு ஆளாக்கியது.

இதற்கிடையே ஃபெலுடா துரிதமாக சில புகைப்படங்களை எடுத்திருந்தார். பிறகு கேமராவை என்னிடம் கொடுத்துவிட்டு, எங்களுக்கு இடதுபுறத்தில் இருந்த சாலையின் ஓரத்துக்கு நடந்து சென்றார். 'ஜாக்கிரதையாகச் சென்றால் இந்தச் சரிவில் கீழே இறங்கிச் செல்லமுடியும். எனக்காகக் காத்திரு, பதினைந்து நிமிடத்துக்குள் வந்துவிடுவேன்.'

அவருக்கு பதில் சொல்வதற்கோ, அல்லது அவரைத் தடுத்து நிறுத்துவதற்கோ முன்பாகவே அவர் சாலையிலிருந்து சரிவை நோக்கி இறங்கத் தொடங்கிவிட்டார். அங்கே இருக்கும் சின்னஞ் சிறு செடிகள், புதர்கள், கற்களைப் பிடித்தவாறே விசிலடித்துக் கொண்டே கீழே இறங்கினார். அந்த விசில் சத்தம் கொஞ்சம் கொஞ்சமாக மறையத் தொடங்கியது. ஒரு சில நிமிடங்களிலேயே அந்த இடத்தில் மீண்டும் அமைதி தவழத் தொடங்கியது. என்னைக் கட்டுப்படுத்திக் கொள்ளமுடியாமல், சாலையோரத்துக்குச் சென்று கீழே ஒரு நோட்டம் விட்டேன். அங்கே நான் பார்த்த காட்சி, என்னைத் திகைப்பில் ஆழ்த்தியது. ஃபெலுடாவை என்னால் பார்க்க முடிந்தது. ஆனாலும், அவரது உருவம் ஒரு சிறிய பொம்மையைப் போல்தான் தெரிந்தது.

என்னோடு சேர்ந்து எட்டிப் பார்த்த டிரைவர் சொன்னார்: 'ஆமாம், அவர் சரியான இடத்தைக் கண்டுபிடித்துவிட்டார். அந்த இடத்தில்தான் ஜீப் விழுந்துகிடந்தது.'

சரியாகப் பதினைந்து நிமிடங்களுக்குப் பிறகு மீண்டும் கையில் கிடைத்த பொருள்களை எல்லாம் பிடித்துக்கொண்டு, ஃபெலுடா மேலே ஏறிவரும் சத்தத்தைக் கேட்க முடிந்தது. அவர் அருகில் வந்ததும் நான் கையை நீட்டி அவர் சாலையில் ஏறுவதற்கு உதவினேன்.

'என்ன கண்டுபிடித்தீர்கள், ஃபெலுடா?'

'ஏதோ கொஞ்சம் போல்ட் நட்டுகளும் ஜீப்பின் உடைந்த பாகங்களும்தான் அந்த இடத்தில் கிடந்தன. யமன்தக் கண்ணில் படவில்லை.'

இது ஒன்றும் எனக்கு ஆச்சரியத்தைக் கொடுக்கவில்லை. 'வேறு ஏதாவது கிடைத்ததா உங்களுக்கு?' என்று கேட்டேன். அதற்கு பதிலாக, ஃபெலுடா தனது பாக்கெட்டில் இருந்து ஒரு சிறிய பொருளை எடுத்தார். அது ஒரு வெள்ளை பித்தான். சட்டையில் இருந்து விழுந்தது. பிளாஸ்டிக்கால் செய்யப்பட்டதாகத் தோன்றியது. ஃபெலுடா அதை வைத்துவிட்டு சாலையின் மறு பக்கத்தில் இருந்த மலையை நோக்கிச் சென்றார். 'கல்பாராங்கல்',

'கல்பாறாங்கல்' என்று அவர் சிலமுறை முணுமுணுத்ததைக் கேட்டேன். பிறகு, அவர் குரலை உயர்த்தியவாறு சொன்னார்: 'ஃபெலு மித்தர், இப்பொழுது டென்சிங்காக மாறப்போகிறார்.'

'என்ன சொல்கிறீர்கள், ஏன் டென்சிங்? ஃபெலுடா எனக்காகக் கொஞ்சம் பொறுங்கள்!'

இந்தத் தடவை என்னை விட்டுவிட்டுப் போக அவரை அனுமதிக்கக்கூடாது என்பதில் உறுதியாக இருந்தேன். முதலில் பார்ப்பதற்கு மிகவும் கடினமாகத் தோன்றிய அந்த மலையில், பிடித்துக்கொண்டு ஏறுவதற்கு வசதியாக சின்னச் சின்ன வளைவுகளும் பொந்துகளும் இருந்ததைக் காண முடிந்தது. இவற்றில் காலை வைத்துக்கொண்டு மலையில் ஏறி விடமுடியும். 'சரி நீ முன்னால் போ' என்றார் ஃபெலுடா. ஒருவேளை நான் தடுமாறி கீழே விழ நேர்ந்தால் என்னைப் பிடித்துக் கொள்ளலாம் என்று அவர் நினைக்கிறார் என்பது எனக்கு நன்றாகவே புரிந்தது. அதிர்ஷ்டவசமாக அப்படி எதுவும் நடக்கவில்லை. ஒரு சில நிமிடங்களுக்குப் பிறகு 'நில்' என்று ஃபெலுடா கூறியதைக் கேட்டேன். நாங்கள் சமதளமாக இருந்த ஒரு பகுதியை அடைந்திருந்தோம். அங்கிருந்த சிறிய பாறை ஒன்றின் மீது உட்கார்ந்து ஓய்வெடுக்கத் தீர்மானித்தேன். ஃபெலுடா அங்குமிங்குமாக நடந்தார். தரையை உன்னிப்பாக ஆராய்ந்தார். அவர் இப்படி நடந்து நான் கவனித்ததே இல்லை. நடப்பதை நிறுத்திவிட்டு அவர் சொன்னார்: 'இந்த இடத்தில் இருந்துதான் அந்தப் பாறாங்கல் விழுந்திருக்க வேண்டும். அதோ அங்கேயிருக்கிற புதர், அந்தச் சிறிய செடி எல்லாம் எப்படி நசுங்கியிருக்கிறது என்று பார்!' என்றார் ஃபெலுடா.

'எவ்வளவு பெரியதாக அந்தப் பாறாங்கல் இருக்கும் என நினைக்கிறீர்கள்?'

'பாறையின் துண்டுகளை நீ பார்த்தாயல்லவா? அது பெரியதாக இருந்திருக்க வேண்டிய அவசியமில்லை. ஒரு மனிதனைக் கொல்வதற்கு வண்ணான் மூட்டை அளவுக்கு இருந்தால்கூட போதும். இவ்வளவு உயரத்திலிருந்து விழுந்தால் நிச்சயம் மரணம்தான்.'

'உண்மையாகவா?'

'ஆமாம். எல்லாமே வேகத்தைப் பொறுத்ததுதான். பருப் பொருள் வேகமாக மாறுவது. குதுப்மினார் தெரியுமல்லவா? அதன் கீழே நீ நிற்கும்போது, மேலே இருந்து உன் தலையை

குறிவைத்து யாராவது ஒரு சின்னக் கூழாங்கல்லை போட்டால் கூட உன் மண்டை பிளந்துவிடும். கிரிக்கெட் விளையாடும் போது, பந்து எவ்வளவு உயரமாகப் போகிறதோ அவ்வளவுக்கு அதைப் பிடிப்பது மிகவும் கடினம் என்பதை நீ பார்த்த தில்லையா?'

'ஆமாம். நீங்கள் என்ன சொல்கிறீர்கள் என்று புரிகிறது.'

ஃபெலுடா திரும்பி வெறுமையாக இருக்கின்ற ஒரு குறிப்பிட்ட இடத்தையே உற்றுப் பார்த்துக் கொண்டிருந்தார். மற்ற இடங்களில் ஆங்காங்கே புல் முளைத்திருந்தது.

'அந்தப் பாறாங்கல் எப்படி நழுவி விழுந்தது என்பதைத் தெரிந்துகொள்ள விரும்புகிறாயா, தொப்ஷே?'

மலையில் வெற்றிடமாக இருந்த ஒரு சிறு பகுதியை ஃபெலுடா சுட்டிக் காட்டினார். நான் எழுந்து அதை உற்றுப் பார்த்தேன். அங்கே ஒரு சிறிய ஓட்டை இருந்தது. அதற்கு என்ன பொருள்?'

ஃபெலுடா மெதுவாகச் சொன்னார்: 'எனக்குத் தெரிந்தவரை ஆமாம், இந்த விஷயத்தில் எனக்கு நூறு சதவிகிதம் உறுதியுண்டு. யாரோ ஒருவர் வலுவான ஓர் இரும்புத் தடியையோ அல்லது அதைப் போன்ற ஒன்றையோ பயன்படுத்தி அந்தப் பாறாங்கல்லை தரையிலிருந்து நெம்பியிருக்கிறார்கள். இல்லையென்றால், இங்கே இந்த ஓட்டை இருப்பதற்குக் காரணம் இல்லை. அதாவது...'

அவரது அடுத்த வார்த்தைகள் என்னவாக இருக்கும் என்று எனக்குத் தெரியும். இருந்தாலும், நான் மூச்சை அடக்கிக்கொண்டு அவர் முடிக்கட்டும் என்று காத்திருந்தேன்.

'அதாவது, திரு. ஷெல்வான்கரின் உயிரைப் பறித்த அந்த விடத்து இயற்கையாக ஏற்பட்டதல்ல; மனிதனால் உருவாக்கப்பட்டது. யாரோ அவரைக் கொன்றிருக்கிறார்கள். அதுவும் நம்ப முடியாத வகையில் கொடூரமாக, புத்திசாலித்தனமாகக் கொன்றிருக்கிறார்கள்.'

ஐந்து

கொலை நடந்த இடத்திலிருந்து - இனிமேல் நான் அதை விபத்து என்று கூறப் போவதில்லை - எங்கள் ஹோட்டலுக்குத் திரும்பிய பிறகு, என்னை ஹோட்டலில் காத்திருக்கும்படி சொல்லிவிட்டு, ஃபெலுடா ஏதோ வேலையாக வெளியே சென்றார். நான் அவரிடம் எந்த விவரத்தையும் கேட்கவில்லை. ஏனென்றால், நான் கேட்டாலும் சொல்லமாட்டார் என்று எனக்குத் தெரியும்.

நாங்கள் திரும்பி வரும் வழியில், ஒரு பெரிய மூச்சந்திக்கு அருகே ஹெல்மட்டைச் சந்தித்தோம். அன்று மதியம் நாங்கள் ரும்டெக் செல்லப் போகிறோம் என்பது தெரிந்ததும் தானும் வர விரும்புவதாக அவர் கூறினார். லாமா நடனத்தைப் பற்றி யாருமே இதுவரை அவரிடம் சொல்லவில்லையாம். திரு. சர்க்கார் இப்பொழுது எங்கிருப்பார் என்று யோசித்தேன். அந்த திபெத்திய வார்த்தைக்கு என்ன பொருள் என்பதை அவரால் கண்டுபிடிக்க முடிந்திருக்குமா?

கவலையுடனும் வருத்தத்துடனும் அவர் சாப்பாட்டு அறையில் உட்கார்ந்திருந்ததைப் பார்த்தேன். என்றாலும், என்னைப் பார்த்ததும் அவர் கொஞ்சம் உற்சாகமடைந்தது போல் தோன்றியது. 'உன் அண்ணன் எங்கே?' என்று வழக்கமான புன்னகையுடன் அவர் என்னைக் கேட்டார்.

'அவர் வெளியே சென்றிருக்கிறார். சீக்கிரமே திரும்பி விடுவார்.'

'அவர் நல்ல பலசாலிதான், இல்லையா?'

இந்தக் கேள்வியைக் கேட்டதும் நான் திகைத்துப் போனேன். ஆனாலும், திரு. சர்க்கார் தொடர்ந்தார். 'இதோ பாருங்கள், தேவைப் பட்டால் எனக்கு உதவுகிறேன் என்று அவர் சொன்ன தால்தான் நான் கேங்டாக்கில் தொடர்ந்து தங்கியிருக்கிறேன்.

இல்லையென்றால், இன்றே நான் டார்ஜிலிங்குக்குத் திரும்பியிருப்பேன்.'

'ஏன்?'

திரு. சர்க்கார் மீண்டும் பயப்படுவது போலத் தோன்றியது. பிறகு, அவரது பாக்கெட்டில் இருந்து அந்த மஞ்சள் நிறக் காகிதத்தை மெதுவாக வெளியே எடுத்தார். 'நான் யாருக்கும் எந்தக் கெடுதலும் செய்ததில்லை. அப்படி இருக்கும்போது என்னை யார் அச்சுறுத்த வேண்டும்?'

'அந்த வார்த்தையின் பொருள் என்ன என்பதைத் தெரிந்து கொண்டீர்களா?'

'ஆமாம். நான் அதை திபெத்திய நிலையத்துக்கு எடுத்துச் சென்றேன். அவர்கள்... அவர்கள் அந்த வார்த்தைக்கு அர்த்தம் 'மரணம்' என்று சொன்னார்கள். திபெத்தில் ஜியாங்புங் என்றோ, அது மாதிரியோ ஒரு வார்த்தையைக் கூறினார்கள். உண்மை யிலேயே நான் மிகவும் கவலை அடைந்துள்ளேன். எனக்கு இப்பொழுது முப்பத்தியேழு வயதாகிறது. நான் முப்பத்தியேழைக் கடந்த பிறகு, எனது ஜாதகத்தில் கிரகங்கள் எல்லாம் மோசமான இடத்துக்கு வரும் என்று ஒரு ஜோதிடர் கூறியிருந்தார்.'

இது எனக்கு எரிச்சலூராட்டியது. கொஞ்சம் கடுமையாகவே நான் சொன்னேன்: 'நீங்கள் திடீரென்று ஒரு முடிவுக்கு வருவது சரியல்ல. அதன் பொருள் 'மரணம்'தானே? நீங்கள் உயிரிழப்பீர் கள் என்று எதுவும் அந்தக் காகிதத்தில் இல்லையே?'

'ஆமாம், ஆமாம். நீங்கள் சொல்வது சரிதான். அது வேறு யாரோ ஒருவருடைய மரணமாகக்கூட இருக்கலாம், இல்லையா? அப்படியிருந்தாலும்கூட... எனக்குத் தெரியவில்லை.' நேற்றிரவு சிவப்பு உடையில் நான் பார்த்த உருவம் என் நினைவுக்கு வந்தது. இருந்தாலும், திரு. சர்க்காரிடம் அதைப்பற்றி சொல்வது சரியல்ல. ஏற்கெனவே அவர் கவலையில் இருக்கிறார். ஒரு சில நிமிட மௌனத்துக்குப் பிறகுசிறு முயற்சியுடன் தன்னை நிலைப்படுத்திக் கொண்டதாகவே தோன்றினார். 'தேவையில்லாமல் நான் கவலைப்படக் கூடாது. உன் அண்ணன் எனக்கு உதவி செய்யத் தயாராக இருக்கிறார். அவரைப் பார்த்ததுமே எனக்கு நம்பிக்கை பிறக்கிறது. அவர் என்ன விளையாட்டு வீரரா?'

'அவர் கிரிக்கெட் விளையாடுவதுண்டு. இப்போது யோகா பயிற்சி செய்து வருகிறார்.'

'எனக்குத் தெரியும். இவ்வளவு திடமான உடலுடன் ஒருவரைப் பார்ப்பது அபூர்வம்தான். சரி, டீ சாப்பிடுகிறீர்களா?'

மலை ஏறிவிட்டு வந்ததால் நான் மிகவும் சோர்வாகத்தான் இருந்தேன். எனவே, சரி என்றேன். திரு. சர்க்கார் எங்கள் இருவருக்கும் தேநீர் ஆர்டர் செய்தார். சர்வர் எங்கள் முன்பு ஆவி பறக்க தேநீரை வைத்த நேரத்தில்தான் ஃபெலுடா வந்து சேர்ந்தார். உடனடியாக திரு. சர்க்கார் அவரது பிரச்சனையை எடுத்து வைத்தார். ஃபெலுடா மீண்டும் அந்த திபெத்திய வார்த்தையைப் பார்த்துவிட்டு கேட்டார்: 'இப்படி செய்யக்கூடியவர் யாராக இருக்கும் என்று உங்களால் ஊகிக்க முடிந்ததா?'

'இல்லை சார். நானும் நிறைய யோசித்துப் பார்த்துவிட்டேன். இருந்தாலும், அதற்கான காரணம் எதுவுமே விளங்கவில்லை.'

'நல்லது. உங்கள் மீது கோபத்துடன் உள்ளவர்கள் யாரும் இல்லை என்று நீங்கள் நிச்சயமாக நம்பினால், அதைப் பற்றி கவலைப்பட எதுவுமில்லை. யாரோ, தவறாகக்கூட உங்கள் அறையில் அதை வீசி இருக்கலாம். திபெத்திய மொழி தெரிந்த யாரோ ஒருவருக்கான அச்சுறுத்தலாகத்தான் அது இருந்திருக்கும். நீங்கள் ஒன்றும் அவர்களின் உண்மையான இலக்கு அல்ல.'

'ஆமாம். இப்போதுதான் புரிகிறது. பிரச்சனை ஏதாவது வந்தால் உங்களை நம்பலாம், இல்லையா?'

'நிச்சயமாக. இருந்தாலும், ஒரு விஷயத்தை உங்களிடம் சொல்லிவிட வேண்டும். அதுவும் இப்போதே! நான் எங்கெல்லாம் செல்கிறேனோ அங்கெல்லாம் பிரச்சனையும் என்னைத் தொடர்ந்து வந்து கொண்டிருக்கும்.'

'உண்மையாகவா?'

வேறு வார்த்தை எதுவும் பேசாமல் ஃபெலுடா எங்கள் அறைக்குச் சென்றார். எடுத்ததற்கெல்லாம் நடுங்கிக் கொண்டிருப்பவர்களைக் கண்டாலே அவருக்குப் பிடிக்காது என்று எனக்குத் தெரியும். உண்மையிலேயே திரு. சர்க்காருக்கு அவரது உதவி தேவை என்றால், எப்பொழுது பார்த்தாலும் புலம்பிக் கொண்டிருப்பதை அவர் நிறுத்திக் கொள்ள வேண்டும்.

தேநீர் குடித்துவிட்டு நான் அறைக்குத் திரும்பியபோது, ஃபெலுடா அவரது நீல நிறக் குறிப்பேட்டில் ஏதோ எழுதிக் கொண்டிருந்தார். 'தந்தி ஆபீஸில் இருப்பவர்களில் பெரும்பாலோர் எழுதப்படிக்கத் தெரியாதவர்கள் என்று எனக்குத் தெரியும்.

இருந்தாலும், இது ரொம்பவும் மோசம்' என்று என்னைப் பார்த்தவுடன் ஃபெலுடா சொன்னார்.

'ஏன், என்ன நடந்தது?'

'திரு. போஸுக்கு நான் ஒரு தந்தி அனுப்பியிருந்தேன். அவர் பம்பாய் போய் இறங்கிய உடனேயே அவருக்கு அந்தத் தந்தி கிடைத்திருக்க வேண்டும்.'

'நீங்கள் என்ன சொல்லியிருந்தீர்கள்?'

'ஷெல்வான்கரின் மரணம் விபத்துபோலத் தெரியவில்லை. காரணம் உள்ளது. விசாரித்து வருகிறேன்.'

'ஆனால், தந்தி ஆபீஸின் மீது உங்களுக்கு இவ்வளவு கோபம் ஏன்?'

'அது வேறு விஷயம். ஷெல்வான்கர் இங்கிருக்கும்போது, அவருக்குத் தந்தி ஏதாவது வந்ததா என்று விசாரிக்கத்தான் அங்கு போனேன். இந்தத் தகவலைப் பெறுவது அவ்வளவு சுலபமான தாக இல்லை. இறுதியில் இரண்டு தந்திகள் அவருக்கு வந்ததாகக் கூறினார்கள். ஒன்று, திரு. போஸ் அனுப்பியிருந்த 'பதினான்காம் தேதி வந்து சேருவேன்' என்ற தந்தி.'

'மற்றொன்று?'

'இதோ இருக்கிறது, நீயே படித்துப் பார்!' என்றபடி ஃபெலுடா தனது குறிப்பேட்டை என்னிடம் நீட்டினார். அதில் எழுதி யிருந்தது இதுதான்: 'உங்கள் மகன் உடல்நலம் குன்றிய ஒரு பயங்கர மிருகமாக இருக்கலாம் பிரிட்டெக்ஸ்.'

நான் திகைத்துப் போனேன். இதற்கு என்னதான் பொருள்? மிருகங்களோடும் பூதங்களோடும் நாம் போராட வேண்டுமா என்ன?

'இதில் சில வார்த்தைகள் தவறாக எழுதப் பட்டிருக்கின்றன. அது என்னவாக இருக்கும்' என்று ஃபெலுடா முணுமுணுத்தார்.

'பிரிட்டெக்ஸ் என்பது என்ன?'

'ஒருவேளை அது தனியார் துப்பறியும் நிறுவனமாக இருக்கக்கூடும்.'

'அதாவது, தன் மகனைத் தேடும்படி துப்பறியும் நிபுணர் யாரையாவது ஷெல்வான்கர் நியமித்திருப்பார் என்றா சொல்கிறீர்கள்?'

'நிச்சயமாக இருக்கலாம். ஆனால், மோசமான மிருகம்? அடக் கடவுளே!'

'இது மேலும், மேலும் குழப்பமாகிக் கொண்டே போகிறது, ஃபெலுடா. ஒரே நேரத்தில் எத்தனை மர்மங்களைத்தான் உங்களால் கண்டுபிடிக்க முடியும்?'

'நானும் அதைத்தான் நினைத்துக் கொண்டிருக்கிறேன். கேள்விகளுக்கு முடிவே இல்லாதது போலத் தோன்றுகிறது. அவற்றை எழுதி வைத்துக்கொள்வது சரியாக இருக்கும் என்று நினைக்கிறேன்.' அவர் தனது குறிப்பேட்டை நோக்கி குனிந்து கொண்டார். அவர் கையில் பேனா தயாராக இருந்தது.

'ம்... ஆரம்பிக்கலாம்.'

'முதலில் மோசமான மிருகம்.'

'ஆம். அடுத்து?'

'பாறாங்கல்லைத் தள்ளியது யார்?'

'நல்லது.'

'மூன்றாவது: அந்தச் சிலை எங்கே காணாமல் போனது?'

'தொடர்ந்து சொல். நன்றாகத்தான் செய்து வருகிறாய்.'

'நான்கு: திரு. சர்க்காரின் அறையில் காகிதத்தை வீசியது யார்?'

'அப்புறம் ஏன்? நல்லது, அடுத்தது?'

'ஐந்து: கொலை நடந்த இடத்தில் கிடைத்த சட்டை பித்தான் யாருடையது?'

'ஆமாம். கொலையுண்டவரின் சட்டையில் இருந்தும்கூட விழுந்திருக்கலாம்.'

'ஆறு: நம்மைத் தவிர, யமன்தக் பற்றி விசாரிக்க திபெத்திய நிலையத்துக்கு போனது யார்?'

'அற்புதம். நீ இதே மாதிரி போனால், இன்னும் பத்து வருடத்தில் முழுமையான துப்பறியும் நிபுணராகவே ஆகிவிடுவாய்!'

ஃபெலுடா வேடிக்கைக்காக இதைச் சொல்கிறார் என்று எனக்குத் தெரியும். இருந்தாலும், அவர் வைத்த தேர்வில் தேர்ச்சி அடைந்து விட்டேன் என்பதை நினைத்து நான் மிகவும் மகிழ்ந்தேன்.

'நாம் இதுவரை ஒரே ஒரு நபரைத்தான் இன்னும் சந்திக்க வில்லை. அவரைக் கட்டாயம் சந்திக்க வேண்டும் என்றே நினைக்கிறேன்.'

'யார் அவர்?'

'டாக்டர் வைத்யா. எதிர்காலத்தைப் பற்றி அவரால் சொல்லமுடியும்; இறந்து போனவர்களுடன் பேசமுடியும். இதுபோன்ற மேலும் பல தந்திரங்களை அவரால் செய்யமுடியும் என்கிற போது கவர்ச்சிமிக்கதொரு மனிதராகத்தான் தோன்றுகிறார்.'

'டாக்டர் வைத்யா. எதிர்காலத்தைப் பற்றி அவரால் சொல்லமுடியும்; இறந்து போனவர்களுடன் பேசமுடியும். இதுபோன்ற மேலும் பல தந்திரங்களை அவரால் செய்யமுடியும் என்கிற போது கவர்ச்சிமிக்கதொரு மனிதராகத்தான் தோன்றுகிறார்.'

ஆறு

திட்டமிட்டபடியே, சிலிகுரிக்குச் செல்லும் சாலை வழியாக, நாங்கள் ரும்டெக்குக்குப் புறப்பட்டோம். அந்தச் சாலை வலதுபுறம் திரும்பி ஒரு புதிய சாலைக்கு இட்டுச் சென்றது. அது நேராக ரும்டெக்குக்கு சென்றது. இந்த இரண்டு சாலைகளுமே அழகான கிராமங்களையும் பச்சை நிற வயல்வெளிகளையும் தங்கநிற சோளக்கொல்லைகளையும் கடந்தவாறு சென்றன. இந்தப் பயணம் முற்றிலும் மகிழ்ச்சியூட்டுவதாக இருந்தது. இதற்கிடையே சூரியன் மறைந்து, பழுப்பு நிறமாக வானம் மாறத் தொடங்கியிருந்தது.

எங்கள் டிரைவர் மிகவும் கவனமாகத்தான் வண்டியை ஓட்டிக் கொண்டிருந்தார். ஃபெலுடாவும் நானும் முன்னால் அமர்ந்திருந் தோம். ஹெல்மட்டும் சர்க்காரும் பின்னால் எதிர் எதிரே உட்கார்ந் திருந்தனர். 'இப்பொழுது கால் வலி கொஞ்சம் பரவாயில்லை' என்று ஹெல்மட் கூறினார். தான் பயன்படுத்திய ஜெர்மன் வலி நிவாரணியால்தான் கால்வலி போய்விட்டது என்றார் அவர். சர்க்கார் மிகவும் மகிழ்ச்சியுடன் இருந்தார். அவர் ஓர் இந்திமொழி பாடலை முணுமுணுப்பதை என்னால் கேட்க முடிந்தது. ஃபெலுடா மட்டும்தான் மிகவும் அமைதியாக, ஒதுங்கியவராக இருந்தார். அந்த ஆறு கேள்விகளுக்கான விடையைக் கண்டுபிடிக்கும் முயற்சியில் அவர் தீவிரமாக இருக்கிறார் என்று எனக்குத் தெரியும். இந்தப் பயணத்தை ஏற்கெனவே நாங்கள் திட்டமிடாமல் இருந்திருந்தால், இன்று மதியத்தை அவர் குறிப்பேட்டில் ஏதாவது எழுதுவதிலேயே கழித்திருப்பார்.

எங்கள் ஜீப் வலதுபுறம் திரும்பியது. வரிசையாக வீடுகளும் கட்டடங்களும் கண்ணில் தென்பட்டன. வரிசை வரிசையாகத் தோரணங்களும் தென்பட்டன. தீய ஆவிகளை விரட்டும் என்ற நம்பிக்கையில்தான், திபெத்தியர்கள் வீடுகளுக்கு முன்னால் சதுர

வடிவத் துணிகளைக் கொடியில் கட்டியிருந்தார்கள் என்பது பின்புதான் எனக்குத் தெரிந்தது.

ஒரு சில நிமிடங்களுக்குப் பிறகு, ஏற்கெனவே என் காதுகளில் லேசாக வந்து விழுந்து கொண்டிருந்த அந்தச் சத்தம் வலுவாகத் தொடங்கியது. ஊது கொம்பு எழுப்பிய ஆழமான நீண்ட ஒலி, தாளச் சத்தம், புல்லாங் குழல் ஓசை ஆகியவை கலந்த ஒலியாக அது இருந்தது. இதுதான் லாமா நடனத்துக்கான இசையாக இருக்கும் என்று நான் நினைத்தேன்.

எங்கள் ஜீப் இப்பொழுது புத்த மடாலயத்தின் மிகப்பெரிய வாயிலுக்கு முன்னால் வந்து நின்றது. 'லாமாக்கள் நடனமாடிக் கொண்டிருக்கிறார்கள்' என்றார் சர்க்கார். ஒருவேளை ஹெல்மட் தெரிந்துகொள்வதற்காகக்கூட அவர் சொல்லி இருக்கலாம். நாங்கள் அனைவரும் இறங்கினோம்.

வாயிலின் வழியாக உள்ளே சென்றபோது, எதிரே ஒரு பெரிய முற்றம் பரந்து கிடப்பதைப் பார்த்தோம். அதன் மேல் நீலமும் வெள்ளையும் கலந்த கை வேலைப்பாடுகள் நிறைந்த அழகான ஒரு மேல்மறைப்பு போடப்பட்டிருந்தது. பார்வையாளர்கள் அதன் கீழேதான் உட்கார்ந்திருந்தனர். சுமார் பத்து ஆண்கள் பளிச்சென்ற உடையும் விசித்திரமான முகமூடிகளையும் அணிந்து கொண்டு, இசைக்கு ஏற்ப குதித்தும் அசைந்தும் ஆடிக் கொண்டிருந்தார்கள். இசைக் கலைஞர்கள் அனைவரும் சிவப்பு நிற ஆடை அணிந்திருந்தார்கள். பத்து வயது கூட நிரம்பாத சிறுவர்கள் ஊது கொம்பை எடுத்து ஊதிக் கொண்டிருந்தார்கள். அவை பல அடி நீளமுடையவை. இதுபோல ஒன்றை நான் இதுவரையில் பார்த்ததே இல்லை.

ஹெல்மட் புகைப்படங்கள் எடுக்கத் தொடங்கினார். இன்று அவரிடம் மூன்று கேமராக்கள் இருந்தன.

'உட்கார்ந்து கொள்கிறீர்களா?' என்றார் சர்க்கார்.

'நீங்கள் என்ன செய்யப் போகிறீர்கள்?' என்றார் ஃபெலுடா.

'இதுபோன்ற நடனத்தை ஏற்கெனவே நான் கலிம்பாங்கில் பார்த்திருக்கிறேன். எனவே, இந்த முற்றத்துக்குப் பின்னால் உள்ள கோயிலைப் பார்க்கலாம் என்றிருக்கிறேன். அதன் உள்புற சுவர்களில் மிக அழகான சித்திரங்கள் செதுக்கப்பட்டிருக்குமாம்.'

சர்க்கார் புறப்பட்டுச் சென்றார். ஃபெலுடாவும் நானும் தரையில் அமர்ந்துகொண்டோம். ஃபெலுடா குறிப்பிட்டார்: 'பாரம்பரியம்

என்பது மிகவும் விசித்திரமான ஒரு விஷயம். இதுபோன்ற பாரம்பரியமான ஒரு நடனம், நீ இருபதாம் நூற்றாண்டில் இருக்கிறாய் என்பதையே மறக்கச் செய்துவிடும். கடந்த ஆயிரம் ஆண்டுகளில் இந்த நடனம் எந்த வகையிலும் மாற்றமடைந்திருக்கும் என நான் நினைக்கவில்லை.'

'இந்த இடத்தை ஏன் கோயில் என்கிறார்கள்?'

'இல்லை; இது கோயில் இல்லை. பௌத்த கோயில், குகை வடிவத்தில் இருக்கும். இந்த இடத்துக்கு மடாலயம் என்று பெயர். அந்தப் பக்கத்தில் இருக்கும் சின்னச் சின்ன அறைகளைப் பார்த்தாயா? அங்கேதான் இந்தத் துறவிகள் தங்கியிருக்கிறார்கள். மழுங்க மொட்டையடித்து, நீண்ட திபெத்திய அங்கிகளை உடுத்தியிருக்கும் இந்தச் சிறுவர்கள் துறவிகளாவதற்குப் பயிற்சி அளிக்கப்படுகிறது. மடாலயத்தில்...' ஃபெலுடா திடீரென்று பேச்சை நிறுத்திவிட்டார். நான் அவரை ஏறிட்டுப் பார்த்தேன். அவர் கண்களைச் சுருக்கிக்கொண்டு வாயை அகலத் திறந்து கொண்டிருந்தார். என்ன ஆயிற்று? திடீரென்று என்ன நினைத்துக்கொண்டார். இறுதியாக வேகமாகத் தலையை ஆட்டிக்கொண்டே அவர் சொன்னார்: 'இந்த மலைக் காற்றுதான் இப்படிச் செய்கிறது; என் மூளையையே மழுங்கடித்து விடுகிறது. நான் சிந்திப்பதையே நிறுத்திவிட்டேன் போலிருக்கிறது. அந்தத் தந்தி வார்த்தைகளின் அர்த்தத்தைப் புரிந்துகொள்ள எனக்கு இவ்வளவு நேரமா? அது மிகவும் எளிதாகத்தான் இருந்தது!'

'எப்படி எளிதாக இருக்கும்? இன்னமும் கூட என்னால்...'

'இதோ பார். உடல்நலம் குன்றிய என்பதற்கு சிக், அதாவது சிக்கிம் என்று பொருள். பயங்கரமான மிருகம் என்றால் மோன்ஸ்டர். அதுதான் மோனாஸ்ட்ரி, அதாவது திபெத்திய மடாலயம்.'

'ஆமாம். இப்பொழுது சரியாகத்தான் தெரிகிறது. அப்படியானால் அந்தத் தந்தியின் வார்த்தைகள் முழுமையாகச் சொல்வது என்ன?'

'உங்கள் மகன் ஒரு சிக்கிம் புத்த மடாலயத்தில் இருக்கக்கூடும்.'

'அப்படியானால் திரு. ஷெல்வான்கரின் மகன், பதினைந்து ஆண்டுகளுக்கு முன்னால் அவரை விட்டுப் பிரிந்தவன், இங்கேதான் இருக்கிறான் என்றா சொல்கிறது?'

'அதுதான் அந்த பிரிட்டெக்ஸ் தெரிவித்த தகவல். இந்தத் தந்தியின் பொருளை ஒருவேளை ஷெல்வான்கர் புரிந்து

கொண்டிருந்தால், அவருக்கு நம்பிக்கை ஏற்பட்டிருக்கும். நான் கேள்விப்பட்ட வரையில் அவர் தனது மகனை மிகவும் விரும்பினார். அவனை மீண்டும் சேர்த்துக் கொள்ள வேண்டும் என்றும் நினைத்தார்.'

'அவர் இறந்த அன்று பௌத்த கோயிலுக்கு போனது, அவரது மகனைத் தேடுவதற்காகக்கூட இருக்கலாம்.'

'அதற்கு முழு வாய்ப்புண்டு. அவரது மகன் உண்மையிலேயே சிக்கிமில்தான் எங்காவது இருக்கிறான் என்றால், அதற்கான வாய்ப்புகள்..' மீண்டும் ஃபெலுடா பேச்சை நிறுத்திவிட்டார். பிறகு அடித் தொண்டையில் அவர் முணுமுணுப் பதைக் கேட்க முடிந்தது. 'உயில்.. உயில்.. தனது சொத்து முழுவதையும் மகன் பெயரிலேயே ஷெல்வான்கர் எழுதிச் சென்றிருந்தால், அவனுக்கு நிறைய லாபம் கிடைக்கும்.' ஃபெலுடா எழுந்து கும்பலைக் கடந்து சென்றார். நானும் அவரைத் தொடர்ந்தேன். அந்தத் தந்தியின் உண்மையான பொருள் என்ன என்று தெரிந்த பிறகு அவருக்கு இருப்பு கொள்ளவில்லை. அவர் அங்குமிங்குமாகப் பார்ப்பதைக் கண்டேன். இந்த திபெத்தியர் களிடையே ஒர் இந்தியனைத் தேடுகிறாரா என்ன?

ஒரு சில நிமிடங்களுக்கு முன்பு, திரு. சர்க்கார் சென்று மறைந்து போன திசையை நோக்கி நாங்கள் நடக்கத் தொடங்கினோம். முற்றத்தின் அந்தப் பக்கத்தில் குறைவான ஆள்களே இருந்தனர். துறவிகள் வசிக்கின்ற அறைகளைக் கடந்து சென்றபோது, ஓரிரு வயதான துறவிகள் வராந்தாவின் ஓரத்தில் உட்கார்ந்து, கண்களை மூடியவாறே, பிரார்த்தனை சக்கரத்தை சுற்றிக் கொண்டிருப்பதைக் கண்டோம். சுருக்கங்கள் நிறைந்த அவர்கள் முகங்களைப் பார்க்கும்போது, அவர்களுக்கு குறைந்தது நூறு வயதாவது இருக்கக்கூடும் என்றே தோன்றியது.

இந்த அறைகளுக்குப் பின்னால் ஒரு நீண்ட வராந்தா இருந்தது. அதன் சுவர்களில் புத்தர் வாழ்க்கையில் நடந்த பல்வேறு நிகழ்ச்சிகள், சித்திரங்களாகத் தீட்டப்பட்டிருந்தன. வராந்தாவின் இறுதியில் ஒரு பெரிய கூடம் இருந்தது. அதற்குள்ளே வரிசையாக எண்ணெய் விளக்குகள் எரிந்து கொண்டிருந்தன. எதிரே சிவப்பு வண்ணம் அடிக்கப்பட்ட ஒரு பெரிய மரக்கதவு திறந்து கிடந்தது. அதனருகே யாரும் இல்லை. ஃபெலுடாவும் நானும் அமைதியாக உள்ளே நுழைந்தோம்.

குறைவான வெளிச்சமே இருந்த அந்தக் கூடத்தில் வித்தியாச மான ஓர் ஊதுபத்தி வாசனை நிறைந்திருந்தது. பளிச்சென்ற

நிறத்தில் கை வேலைப்பாடுகள் நிறைந்த, நம்பவே முடியாத அளவுக்கு நீண்ட சில்க் துணி கூரையில் இருந்து தொங்கிக் கொண்டிருந்தது. பல உலோகக் கலயங்களில் பூக்கள் அழகாக வைக்கப்பட்டிருந்தன. மூலையில் பெரிய முரசங்கள் வைக்கப் பட்டிருந்தன. அவை கீழே விழாதபடி மூங்கில் கம்புகள் வைத்து முட்டு கொடுக்கப்பட்டிருந்தது. இவைகளுக்குப் பின்னால், அந்தக் கூடத்தின் மிகவும் இருட்டான மூலையில், உயரமான சிலைகள் இருந்தன. அவற்றில் பெரும்பாலானவை புத்தர் சிலைகள்தான். நாங்கள் வெளியே பார்த்தது போன்ற எண்ணெய் விளக்குகள் சிலைகளின் பீடத்தில் வைக்கப்பட்டிருந்தன.

இவைகளை நான் உன்னிப்பாக கவனித்துக் கொண்டிருந்த போதுதான், ஃபெலுடா திடீரென்று என் தோள் மீது கைவைத்தார். நான் உடனே திரும்பினேன். அவரது பார்வை கூடத்தின் ஒரு பக்கத்தில் இருந்த வாயிலை நோக்கியவாறு இருந்தது. ஒரு சிறிய கதவு திறந்த வண்ணம் இருந்தது.

பல்லைக் கடித்தவாறே 'நாம் இங்கிருந்து கிளம்பிவோம்' என்றார் ஃபெலுடா. கதவை நோக்கி நாங்கள் நகர்ந்தோம்.

நாங்கள் கூடத்திலிருந்து வெளியே வந்ததும் மாடிக்குச் செல்லும் படிக்கட்டுகளைப் பார்த்தோம். 'அந்த ஆள் எங்கே போனார் என்று தெரியவில்லை. இருந்தாலும், நாம் மேலே போய் பார்ப்போம்' என்றார் ஃபெலுடா.

'யார் எங்கே போனார்கள்?' படிகளில் ஏறிக்கொண்டே நான் கிசுகிசுத்தேன்.

'சிவப்பு அங்கி உடுத்தியிருந்த ஒருவன், கூடத்துக்குள் எட்டிப் பார்த்தான். நான் பார்த்ததைக் கண்டவுடன் ஓடிவிட்டான்.'

'அவனது முகத்தைப் பார்த்தீர்களா?'

'இல்லை. அந்த இடம் மிகவும் இருட்டாக இருந்தது.'

முதல் தளத்தில் ஓர் அறை இருப்பதை நாங்கள் கண்டோம். அந்த அறை மூடியிருந்தது. திபெத்தில் இருந்து சமீபத்தில் திரும்பி யிருந்த அந்த முதிய லாமாவின் அறையாகக்கூட அது இருக் கலாம். இடதுபுறத்தில் வெட்டவெளியாக இருந்தது. இங்கும்கூட சுயிற்றில் துணித் துண்டுகள் தொங்கிக் கொண்டிருந்தன. கீழே முற்றத்தில் இருந்து எழும்பிவரும் இசை அவ்வப்போது என் காதுகளை எட்டியது. இதுபோன்ற நடனம் ஏழு எட்டு மணி நேரம்கூட தொடர்ந்து நடைபெறக்கூடும்.

நாங்கள் அந்த மொட்டை மாடியில் நடந்து, கைப்பிடி சுவரின் அருகில் நின்று எதிரே தெரிந்த பசுமையான வெளியைப் பார்த்துக் கொண்டிருந்தோம். பனிமூட்டம் லேசாக எழும்பத் தொடங்கி, கண்ணில் தெரிந்ததையெல்லாம் மெதுவாக மறைக்க ஆரம்பித்தது. 'ஷெல்வான்காரின் மகன் மட்டும் இங்கே...' என்று ஃபெலுடா ஆரம்பித்தார். அதற்குள் ஒரு பெரிய கூக்குரல் அவரது பேச்சைத் தடைசெய்தது.

'காப்பாற்றுங்கள்! கடவுளே!! காப்பாற்றுங்கள்!!! உதவி... உதவி!'

அது சர்க்காரின் குரல்தான்.

நாங்கள் படிகளில் இறங்கி ஓடினோம். கீழே வர ஒரு நிமிடம்கூட ஆகவில்லை. அந்த மடாலயத்தின் பின்புற வழி தெரிந்தது. அப்பொழுது, அந்தக் கூக்குரல் மலையடிவாரத்தில் இருந்து வருகிறது என்பதை உணர்ந்தோம். அந்தப் பகுதி ஏற்ற இறக்கத்துடன், புதர்கள் மண்டியதாக இருந்தது. அதன் ஒரு மூலையில், கீழே நூறு அடி நீளத்துக்கு செங்குத்தான பள்ளமாக இருந்தது. இங்குதான் சர்க்கார் ஒரு புதரைப் பிடித்துத் தொங்கிக் கொண்டிருந் தார். மலையை ஒட்டியதாக அந்தப் பள்ளம் இருந்தது. எங்களைப் பார்த்தவுடன் அவர் மேலும் பலமாகக் கத்தினார். 'நான் செத்துக் கொண்டிருக்கிறேன். என்னைக் காப்பாற்றுங்கள்! தயவுசெய்து காப்பாற்றுங்கள்!'

அவரை பாதுகாப்பாக மேலே இழுத்து வருவதொன்றும் மிகவும் கடினமான காரியமாக இருக்கவில்லை. இருந்தாலும், அவரது காலடி மேல்தளத்தைத் தொட்டவுடனேயே அவர் கண்கள் மூடிக்கொண்டன. அவர் மயக்கமடைந்திருந்தார். பிறகு, நாங்கள் அவரை ஜீப்புக்கு தூக்கிச் செல்ல வேண்டியதாயிற்று. சில்லென்று தண்ணீரை அவர் முகத்தில் தெளித்தோம். ஒரு சில நிமிடங்களுக்குப் பிறகு அவருக்கு உணர்வு வந்தது. மெதுவாக எழுந்து உட்கார்ந்தார்.

'என்ன நடந்தது?' என்று கேட்டார் ஃபெலுடா.

'மீண்டும் அதை ஞாபகப்படுத்தாதீர்கள்!' திரு. சர்க்கார் விசும்பினார். 'நீண்ட நேர பயணத்தால் எனக்கு அவசரமாக சிறுநீர் கழிக்க வேண்டி யிருந்தது. எனவே, மடாலயத்தை விட்டு வெளியே போகலாம் என்று நினைத்தேன். இந்த இடம் கொஞ்சம் ஒதுக்குப்புறமாக இருந்ததாகத் தோன்றியது. ஆனால், என்னை யாரோ பின் தொடர்கிறார்கள் என்பது யாருக்குத் தெரியும்?'

'உங்களை யாராவது பின்னாலிருந்து தள்ளி விட்டார்களா?'

'அதேதான். பயங்கரம்; படுபயங்கரம். பிடித்துத் தொங்க அந்தப் புதர் மட்டும் இல்லாமல் இருந்திருந்தால், அந்த திபெத்திய எச்சரிக்கை எப்போதோ நிஜமாகி இருக்கும்!'

'அந்த மனிதரைப் பார்த்தீர்களா?'

'இல்லை. அவன் என் பின்பக்கத்தில்தான் இருந்தான், இல்லையா?

இதுபோன்ற ஒரு விபத்துக்குப் பிறகு, ரும்டெக்கில் தங்கி இருப்பதில் பயனில்லை; உடனடியாக கேங்டாக் திரும்பிச்

செல்வதென்று தீர்மானித்தோம். நாங்கள் ஜீப்புக்கு திரும்பியதைக் கண்ட ஹெல்மட் எங்களுடன் திரும்பி வர ஒப்புக்கொண்டார். இருந்தாலும், இன்னும் அதிகமான புகைப்படங்களை எடுக்க முடியவில்லையே என்ற ஆதங்கம் அவரிடம் இருந்த தாகவே எனக்குத் தோன்றியது.

ஃபெலுடா மீண்டும் அமைதியாகி விட்டார். இருந்தாலும், டிரைவர் ஜீப்பை ஸ்டார்ட் செய்த, அதே தருணத்தில் அவர் திடீரென்று கேட்டார்: 'இந்த விஷயம் எல்லாவற்றிலும் உங்க ளுக்குப் பொறுப்பு இருக்கிறது என்பதை நீங்கள் உணர்கிறீர்களா மிஸ்டர் சர்க்கார்?'

'பொறுப்பா...?' கரகரத்த குரலில் கேட்டார் சர்க்கார்.

'நீங்கள் எதை அல்லது யாரைத் தேடுகிறீர்கள் என்பதைத் தெளிவாக சொல்லாவிட்டால், யார் உங்களை பயமுறுத்து கிறார்கள் என்பதைக் கண்டுபிடிக்க எங்களுக்கு வழியே இல்லை.'

சர்க்கார் நிமிர்ந்து உட்கார்ந்தார். மிகவும் துயரமடைந்தவரைப் போல் அவர் தோற்றமளித்தார். 'நான் சத்தியம் செய்கிறேன் சார். யாருக்கும் எந்தத் தீங்கும் நான் செய்யவில்லை. எப்படியிருந்தாலும் தெரிந்து செய்ததில்லை.'

'உங்களை மாதிரியே இருக்கும் சகோதரர்கள் யாராவது உங்களுக்கு இருக்கிறார்களா?'

'இல்லையில்லை. என் பெற்றோருக்கு ஒரே குழந்தை நான்தான்!'

'நீங்கள் உண்மையைச் சொல்வதாகத்தான் நினைக்கிறேன். ஆனால், ஒன்றை மட்டும் நினைவில் வைத்துக்கொள்ளுங்கள். என்னிடம் மட்டும் நீங்கள் பொய் சொன்னால், உங்களுக்குத்தான் தீங்கு வரும்.'

அதன் பிறகு, எங்களது பயணம் முழுவதும் மௌனமாகவே சென்றது. எங்கள் ஜீப் பயணியர் பங்களாவில் நின்று, ஹெல்மட் தனது பங்கைக் கொடுக்க முன்வந்த போதுதான் ஃபெலுடா மீண்டும் வாயைத் திறந்தார்.

'இல்லையில்லை. நாங்கள்தான் உங்களை அழைத்தோம், இல்லையா? மேலும், நீங்கள் எங்கள் நாட்டின் விருந்தினர். எனவே, ஒரு பைசாகூட நீங்கள் கொடுக்க நாங்கள் அனுமதிக்க முடியாது.'

'நல்லது. குறைந்தது உங்களுக்கு ஒரு கப் டியாவது கொடுக்க அனுமதிப்பீர்களா?' என்று ஹெல்மட் சிரித்துக்கொண்டே கேட்டார்.

அது நல்ல விஷயமாகத்தான் இருந்தது. நாங்கள் அனைவரும் வண்டியிலிருந்து இறங்கினோம். ஃபெலுடாவும் திரு. சர்க்காரும் வண்டிக்கான வாடகையை டிரைவரிடம் கொடுத்தனர். பிறகு, ஹெல்மட் எங்களை அவரது அறைக்கு அழைத்துச் சென்றார்.

நாற்காலிகளைத் தேடி நாங்கள் மூன்று பேரும் அமர்ந்து கொண்டோம். ஹெல்மட் தனது கேமராக்களை மேஜையின் மீது வைத்தார். அப்பொழுது வித்தியாசமானதொரு மனிதர், அறைக்குள் நுழைந்து புன்னகையுடன் ஹெல்மட்டுக்கு வாழ்த்து தெரிவித்தார். ஆங்காங்கே நரைத்திருந்த அடர்ந்த தாடி அவரது முகத்தின் பெரும்பகுதியை மறைத்திருந்தது. அவரது நீண்ட தலைமுடி தோள்களுக்கும் அப்பால் தொங்கிக் கொண்டிருந்தது. கொஞ்சம் தொளதொளப்பான கால் சட்டையையும், பொருத்தமே இல்லாத ஆரஞ்சு நிற மேல்சட்டையையும் அவர் அணிந்திருந்தார். அவரது கையில் தடிமனான ஒரு கைத்தடியும் இருந்தது.

ஹெல்மட் பதிலுக்கு அவரைப் பார்த்து புன்னகைத்துவிட்டு எங்களைப் பார்த்துச் சொன்னார்: 'இவர்தான் டாக்டர் வைத்யா.'

ஏழு

'நீங்கள் வங்காளத்தில் இருந்து வருகிறீர்களா? என்று கேட்டார் டாக்டர் வைத்யா. வேடிக்கையானதொரு குரலில் அவர் பேசினார்.

'ஆமாம். ஹெல்மட் உங்களைப் பற்றி கூறியிருக்கிறார்' என்றார் ஸ்பெலுடா.

'ஹெல்மட் மிகவும் நல்ல பையன். ஆனால், ஒரு விஷயத்தில் அவனை எச்சரிக்க வேண்டியிருக்கிறது. பொதுவாகவே இங்கேயுள்ள மக்கள் தங்களைப் புகைப்படம் எடுப்பதை விரும்புவ தில்லை. உங்களுக்குத் தெரியுமா? ஒருவரின் ஒரு பகுதி வேறெங்காவது தென்பட்டால், அது அவரது உயிர் சக்தியை உயிர் வாழ்வதற்கான சக்தியை குறைத்துவிடும் என்பது அவர்களது நம்பிக்கை.'

'அதை நீங்களும் நம்புகிறீர்களா என்ன?'

'நான் எதை நம்புகிறேன் என்பது தேவையில்லாத ஒன்று. குறைந்தபட்சம் ஹெல்மட் விஷயத்திலாவது...! அப்படியும் அவர் புகைப்படம் எடுப்பதை நிறுத்தவில்லை. அப்படித்தானே? ஏன் என்னையும்கூட அவரது கேமராவில் படம் பிடித்திருக்கிறார். நான் சொல்வது இதுதான்; தீர ஆராயாமல், முழுமையாகச் சோதனை செய்யாமல் எதையும் ஒதுக்கித் தள்ளிவிடக்கூடாது. நாம் கற்றுக்கொள்ள வேண்டியது இன்னும் ஏராளமாக இருக்கிறது.'

'ஆனால், ஏற்கெனவே உங்களுக்கு நிறைய தெரிந்திருக்கிறது. உங்களால் எதிர்காலத்தைக் காணமுடியும் என்றும், இறந்தவர்களுடன் பேச முடியும் என்றும்கூட நான் கேள்விப்பட்டேன்.'

'எப்பொழுதும் அல்ல. சந்தர்ப்ப சூழ்நிலைகளைப் பொறுத்துதான் எதுவுமே அமையும். ஆனாலும், ஒரு சில விஷயங்களை எளிதாகச் சொல்லிவிடலாம். உதாரணமாக, இந்த மனிதர் மிகவும் மன அழுத்தத்தில் இருக்கிறார்' என்று சர்க்காரை சுட்டிக்காட்டிச் சொன்னார். அவர் அப்பொழுது சற்றே நடுக்கத்துடன் காணப்பட்டார்.

'ஆமாம். நீங்கள் சொல்வது சரிதான். யாரோ அவரை அச்சுறுத்த முயற்சித்து வருகிறார்கள். அவர் வாழ்க்கை அபாயத்துக்கு உள்ளாகியிருப்பதாக அவர் நினைக்கிறார். அவ்வாறு செய்வது யார் என்று உங்களால் கூறமுடியுமா?' என்று ஃபெலுடா கேட்டார்.

டாக்டர் வைத்யா கண்களை மூடிக்கொண்டார். சில நொடி களுக்குப் பிறகு கண்களைத் திறந்து ஜன்னல் வழியே வெளியே பார்த்தவாறே சொன்னார்: 'ஏஜெண்ட்.'

'ஏஜெண்ட்டா?!'

'ஆமாம். ஒரு மனிதன் தன் பாவங்களுக்கான தண்டனையைப் பெற்றுதான் ஆகவேண்டும். சில நேரங்களில் கடவுளால் நேரடியாக அவன் தண்டிக்கப்படுகிறான். சில சமயங்களில் அந்த வேலையைச் செய்வதற்குக் கடவுள் ஏஜெண்ட்டுகளை அனுப்புகிறார்.'

'போதும்!' என்று சர்க்கார் கத்தினார். அவரது குரலில் நடுக்கம் தெரிந்தது. 'இதற்கு மேல் எதையும் கேட்க நான் தயாராக இல்லை.'

டாக்டர் வைத்யா மீண்டும் சிரித்தார். 'உங்கள் நண்பர் கேட்டதால்தான் நான் இதையெல்லாம் சொன்னேன். நீங்களாகவே எதையும் கற்றுக் கொள்ள முடிந்துவிட்டால், ஆசிரியரைத் தேடிப்போக வேண்டிய அவசியம் இல்லையே. ஆனால், ஒரு விஷயத்தை மட்டும் உங்களுக்கு நான் சொல்லிவிட வேண்டும். நீங்கள் வாழ வேண்டும் என்று விரும்பினால், மிகவும் ஜாக் கிரதையாக அடியெடுத்து வைக்கவேண்டும்.'

'அதற்கு என்ன பொருள்' என்றார் சர்க் கார்.

'இதற்கு மேல் எதையும் என்னால் சொல்ல முடியாது!'

தேநீர் வந்து சேர்ந்தது. ஹெல்மட் அதைக் கோப்பைகளில் ஊற்றி அனைவருக்கும் கொடுத்தார்.

தேநீரை உறிஞ்சிக்கொண்டே ஃபெலுடா கேட்டார்: 'திரு. ஷெல்வான்கரை நீங்கள் சந்தித்தீர்கள் என்று நினைக்கிறேன்.'

'ஆமாம். மிகவும் துயரமான விஷயம்தான். அவர் எதிர்கொள்ள இருந்த கடுமையான நிலைமை பற்றி நான் அவரிடம் எச்சரிக்கத்தான் செய்தேன். ஆனால் மரணம்? இல்லை, அது முற்றிலும் வேறு மாதிரியான ஒரு விஷயம் ஆகும். யாராலும் அதைக் கட்டுப்படுத்த முடியாது.'

இதன்பிறகு யாரும் பேசவில்லை. நாங்கள் தேநீரை அமைதி யாகக் குடித்தோம். ஹெல்மட் அவரது மேஜையில் இருந்த சில காகிதங்களை ஒழுங்குபடுத்தினார். உயரே வெறித்துப் பார்த்துக் கொண்டிருந்த சர்க்கார், அவரது தேநீர் ஆறிக் கொண்டி ருப்பதைக்கூட கவனிக்கவில்லை. ஃபெலுடா மட்டும்தான் அமைதியாக இருந்தது போல் தோன்றியது. தேநீருடன் வந்த பிஸ்கெட்டுகளை மகிழ்ச்சியுடன் அவர் காலி செய்து கொண் டிருந்தார். சிறிது நேரத்துக்குப் பிறகு விளக்கைப் போடுவதற்காக ஹெல்மட் எழுந்தார். அதற்குள் வெளிச்சம் கிட்டத்தட்ட மறைந்திருந்தது. அப்புறம்தான் தெரிந்தது மின்சாரம் இல்லை என்பது. 'மெழுகுவர்த்தி ஏற்பாடு செய்கிறேன்' என்று சொல்லிவிட்டு வேலைக்காரனைத் தேடி ஹெல்மட் வெளியே சென்றார்.

இப்பொழுது ஃபெலுடா, டாக்டர் வைத்யாவை நோக்கித் திரும்பிக் கேட்டார்: 'திரு. ஷெல்வான்கரின் மரணம் உண்மை யிலேயே விபத்து என்று நீங்கள் நினைக்கிறீர்களா?'

இதற்கு பதிலளிக்க டாக்டர் வைத்யாவுக்கு சிறிது நேரமாயிற்று. பிறகு அவர் சொன்னார்: 'ஒரே ஒருவருக்கு மட்டும்தான் இந்தக் கேள்விக்கான பதில் தெரியும்.'

'யார் அவர்?'

'இறந்துபோனவர்தான்! அவருக்கு மட்டுமே உண்மை தெரியும். தேவையற்ற விஷயங்களையும் அவசியமில்லாதவற்றையும் நமது கண்களின் மூலமாக உள்வாங்கிக் கொண்டே வாழ்ந்துதான், இந்த வாழ்க்கையையும் உலகத்தையும் பார்த்துக் கொண்டிருக்கிறோம். அதோ அந்த ஜன்னலுக்கு வெளியே பாருங்கள். அந்த மலைகள், மரங்கள், ஆறுகள் இவை எல்லாமே தேவையற்றவைதான். உண்மைக்கும் நமக்கும் இடையே ஒரு திரையாக அவை நின்று கொண்டிருக்கின்றன. ஆனால், மரணம்தான் நம் ஞானக் கண்ணைத் திறப்பதாகும். அது உண்மையானதையும் முக்கி யத்துவம் வாய்ந்ததையும் மட்டுமே பார்க்கும்.'

இந்தப் பிரசங்கத்தில் பெரும்பகுதி என் மூளைக்கு எட்டாமலே போய்விட்டது. ஆனாலும், அவர் சொன்ன ஒவ்வொரு வார்த்

தையும் ஃபெலுடாவுக்குப் புரிந்திருக்கும் என்று நான் உறுதியாகக் கூறுவேன். 'அப்படியானால், திரு.ஷெல்வான்கர் எப்படி இறந்தார் என்பதை அவர் ஒருவரால் மட்டும்தான் கூறமுடியும் என்றுதானே சொல்கிறீர்கள்?'

'ஆமாம். அவர் இறக்கும்போது அவருக்கு உண்மை தெரிந் திருக்க முடியாது. ஆனால் இப்போது... ஆமாம், இப்போது என்ன நடந்தது என்பதை அவர் நன்றாகத் தெரிந்து கொண்டிருப் பார்.'

திடீரென்று எனக்கு நடுக்கம் ஏற்பட்டது. மரணத்தைப் பற்றி பேசிய பேச்சுகளும், இருட்டில் டாக்டர் வைத்யா சிரித்த விதமும், அந்த இடத்தில் ஒரு அமானுஷ்ய நிலையை ஏற்படுத்தியிருந்தது. எனக்கு மயிர்க்கூச்செறிய செய்தது.

இந்த நேரத்தில் வேலைக்காரன் அறைக்குள் வந்து மேஜையைத் துடைத்துவிட்டு, அதன்மேல் ஒரு மெழுகு வர்த்தியை வைத்தான். ஃபெலுடா, தனது சார்மினார் பாக்கெட்டை எடுத்து அறையிலிருந்த மற்றவர்களுக்கு வழங்கிவிட்டு, தானும் ஒன்றை எடுத்து பற்ற வைத்துக்கொண்டார். புகையை வெளியே ஊதிக்கொண்டே அவர் சொன்னார்: 'திரு. ஷெல்வான்கருடன் ஆலோசித்து அவர் என்ன நினைக்கிறார் என்பதைத் தெரிந்துகொள்வதும் நல்லதாகத்தான் படுகிறது.'

ஆவியுலகத் தொடர்பு பற்றியும், அற்புத நிகழ்ச்சிகள் பற்றியும் ஃபெலுடா ஏராளமாகப் படித்து அறிந்திருக்கிறார் என்று எனக்குத் தெரியும். எந்த ஒரு விஷயத்திலும் அவர் வெளிப்படையான போக்கையே கொண்டிருந்தார். மற்றவர்களின் கருத்துகளைப் படிக்கவும் கேட்கவும் அவர் எப்பொழுதும் தயங்கியதே இல்லை. அதில் அவருக்கு நம்பிக்கை இல்லாவிட்டாலும்கூட இவ்வாறுதான் நடந்து கொள்வார்.

இப்பொழுது டாக்டர் வைத்யா கண்களை மூடிக்கொண்டார். ஒரு சில நொடிகளுக்குப் பிறகு கண்களைத் திறந்துவிட்டு சொன்னார்: 'கதவையும் ஜன்னல்களையும் மூடு!' அவரது குரலில் ஒருவித அதிகாரத் தோரணை தென்பட்டது. வசியப்பட்டவரைப் போல எழுந்து சென்று அமைதியாக அவர் சொன்னதை நிறை வேற்றினார் திரு. சர்க்கார். நாங்கள் அந்த மேஜையைச் சுற்றி அமர்ந்திருந்தோம். அதன் மேல் ஒரே ஒரு மெழுகுவர்த்தி மினுக்கிக் கொண்டிருந்தது. எனக்கு வலதுபுறத்தில் டாக்டர் வைத்யா; இடது புறத்தில் ஃபெலுடா; அவருக்கு அடுத்து திரு.சர்க்கார்

உட்கார்ந்திருந்தார். ஹெல்மட்டுடன் இந்த வட்டம் முடிந் திருந்தது.

'இந்த மேஜையின் மேல் உங்கள் கைகளைக் கவிழ்த்து வையுங்கள். உங்களது விரல்கள் அடுத்தவரின் விரல்களைத் தொடவேண்டும்' என்று கட்டளையிட்டார் டாக்டர் வைத்யா. அவர் உத்தரவின்படியே நாங்களும் செய்தோம். டாக்டர் வைத்யா, தனது கைகளை எனக்கும் ஹெல்மட்டுக்கும் இடையே வைத்துவிட்டுச் சொன்னார்: 'நேராக அந்த மெழுகுவர்த்தியையே பாருங்கள். உங்கள் நினைப்பெல்லாம் ஷெல்வான்கரின் மரணத்தின் மீதே இருக்கட்டும்.'

மெழுகுவர்த்தி பிரகாசமாக எரிந்து கொண்டி ருந்தது. அதிலிருந்து மெழுகு வடிந்து மேஜையில் விழுந்தது. அறைக்குள் அடைப்பட்ட ஒரு சிறிய ஈ அந்த மெழுகுவர்த்தியின் தீப்பிழம்பையே சுற்றி சுற்றி வந்து கொண்டிருந்தது. எவ்வளவு நேரம் நாங்கள் மௌனமாக இருந்தோம் என்று கடவுளுக்குத்தான் தெரியும். நான் ஒரக்கண்ணால் அவ்வப்போது டாக்டர் வைத்யாவை பார்த்துக் கொண்டிருந்தேன். அவர் கண்களை மூடிக் கொண்டிருந்ததால் நான் பார்ப்பதை அவரால் உணர்ந்திருக்க முடியாது.

நீண்ட நேரத்துக்குப் பிறகு அவர் பேசினார். தொலை தூரத்திலிருந்து வருவதுபோல் அவரது குரல் மிகவும் மெல்லிய தாகக் கேட்டது. 'என்ன தெரிந்துகொள்ள விரும்புகிறீர்கள்?' ஃபெலுடா அவருக்கு பதிலளித்தார். 'திரு. ஷெல்வான்கர் விபத்தில்தான் இறந்தாரா?'

'இல்லை.' அந்த விசித்திரமான, மெல்லியக் குரல் பதிலளித்தது.

'அவர் எப்படி இறந்தார்?'

அமைதி. நாங்கள் அனைவரும் இப்பொழுது டாக்டர் வைத்யா வையே பார்த்துக் கொண்டிருந்தோம். அவர் நாற்காலியின் மேல் சாய்ந்து கொண்டிருந்தார். அவரது கண்கள் இறுக்கமாக மூடியிருந்தன. வெளியே அடித்த மின்னலில் எங்கள் அறைக்குள் ஒரு நொடிப்பொழுது வெளிச்சம் வந்து சென்றது. அதே நேரம் ஃபெலுடாவின் கேள்விக்கான பதிலும் வந்தது.

'கொலை' என்றார் டாக்டர் வைத்யா.

'கொலையா?!' திரு. சர்க்காருக்கு மூச்சு திணறியது.

'யார் அவரைக் கொலை செய்தார்கள்?' ஃபெலுடா தெரிந்து கொள்ள விரும்பினார். அவர் இப்பொழுது டாக்டர் வைத்யாவின்

கைகளையே உற்றுப் பார்த்துக் கொண்டிருந்தார். டாக்டர் வைத்யா பெருமூச்சு விட்டார். பின்பு மூச்சை நன்றாக உள்ளிழுத்தார். அவ்வாறு மூச்சை இழுப்பது மிகுந்த வலியை ஏற்படுத்தியது போல் அவரது முகபாவம் இருந்தது. இறுதியில் மெதுவாக அவர் முணுமுணுத்தார்: 'விரேந்திரா.'

'விரேந்திரா! யார் அவர்?' ஃபெலுடா பேச முற்பட்டார். அதற்குள் டாக்டர் வைத்யா திடீரென்று கண்களைத் திறந்து, 'கொஞ்சம் தண்ணீர் கொடுங்கள்!' என்றார்.

ஹெல்மட் எழுந்து குடுவையில் இருந்து தண்ணீர் ஊற்றி கொடுத்தார். டாக்டர் வைத்யா தண்ணீரைக் குடித்து முடிக்கும் வரை ஃபெலுடா காத்திருந்துவிட்டு, பின்பு கேட்டார்: 'இந்த விரேந்திரா யார் என்பதைத் தெரிந்துகொள்ள முடியுமா?'

இப்பொழுது ஹெல்மட் அதற்கு பதிலளித்தார். 'விரேந்திரா, திரு. ஷெல்வான்கரின் மகன். அவர் என்னிடம் அவனைப் பற்றி கூறியிருக்கிறார்.'

நாங்கள் புறப்பட வேண்டிய நேரம் வந்து விட்டது. எல்லோரும் எழுந்தோம். ஹெல்மட் கதவையும் ஜன்னல்களையும் திறந்தார். ஒரு நொடியில் மின்சாரமும் வந்து சேர்ந்தது.

திரு. சர்க்காரின் தோளில் ஒரு கையை வைத்தபடியே டாக்டர் வைத்யா சொன்னார்: 'நீங்கள் சிறு விஷயங்களுக்கே மிகவும் பயப்படுகிறீர்கள், இல்லையா?' திரு. சர்க்கார் இதைக்கேட்டு சிரிக்க முயன்றார். 'எதுவானாலும் சரி. இனிமேல் உங்களுக்கு எந்த ஆபத்தும் இருப்பதாக நான் கருதவில்லை என்று நம்பிக்கையூட்டுவது போல் கூறினார், டாக்டர் வைத்யா. இம்முறை திரு. சர்க்கார் அவருக்கே உரிய வகையில் இயற்கையாகச் சிரித்தார். அவர் நிம்மதி அடைந்தவர் போல் தோன்றினார்.

'நீங்கள் இங்கே எவ்வளவு நாள் இருப்பீர்கள்' என்று டாக்டர் வைத்யாவைக் கேட்டார் ஃபெலுடா.

'மழை பெய்யவில்லை என்றால், நாளைக்கு பெமியாங்சி போகலாம் என்று நினைக்கிறேன். அங்கிருக்கும் புத்த மடாலயத்தில் சில புராதன, மதிப்பிட முடியாத கையெழுத்துப் பிரதிகள் இருக்கின்றன என்று கேள்விப்பட்டேன்.'

'திபெத்திய கலாசாரம் பற்றி நீங்கள் ஆராய்ச்சி செய்கிறீர்களா, என்ன?

'ஆமாம்; அப்படியும்கூட சொல்லலாம். இந்த உலகத்தில் மிச்சம் இருக்கின்ற ஒரே புராதன கலாசாரம் இது மட்டும்தான். எகிப்து,

ஈராக், மெசபடோமியா என ஒவ்வொரு புராதன கலாசாரமும் அழிக்கப்பட்டு விட்டன. இந்த விஷயத்தில் இந்தியாவில் மிச்சம் என்ன இருக்கிறது, நீங்களே சொல்லுங்கள்? எல்லாமே ஓட்டை உடைசலாகத்தான் இருக்கிறது. திபெத்தினால் மட்டும்தான் தன்னிடம் இருந்தவற்றில் பெரும்பகுதியைத் தக்கவைத்துக்கொள்ள முடிந்துள்ளது. அதிர்ஷ்டவசமாக, சிக்கிமில் உள்ள சில பழைய புத்த மடாலயங்கள் தங்களது கலை, கலாசாரம் குறித்த சில விஷயங்களை சேகரித்து வைத்துள்ளன. எனவே, அவற்றைத் தேடுவதற்காக எவரும் திபெத்துக்குச் சென்று அலையவேண்டிய அவசியமில்லை.'

நாங்கள் வெளியே வந்தபோது வானம் தடித்த, கருமேகங்களால் மூடிக் கொண்டிருந்தது. அவ்வப்போது மின்னல் வெட்டிக் கொண்டிருந்தது. மீண்டும் மழை பொழியத் தொடங்கும் என்று நிச்சயமாகத் தெரிந்தது.

'நீங்களும்கூட பெமியாங்சிக்கு வரலாமே!' என்றார் டாக்டர் வைத்யா.

'ஆமாம். நாங்களும் அங்கே போகக்கூடும். அந்த இடத்தைப் பற்றி நான் நிறைய கேள்விப்பட்டிருக்கிறேன்.'

'அப்படி போவதாக இருந்தால், உங்களோடு ஒரு மூட்டை உப்பையும் எடுத்துச்செல்ல மறந்துவிடாதீர்கள்.'

'உப்பா! எதற்கு?

'அட்டைகள். அவற்றை நீக்குவதற்கு உப்பைவிட சிறந்த மருந்து இல்லை.'

எட்டு

ஃபெலுடா, சர்க்கார், நான் ஆகிய மூவரும் ஹோட்டலுக்குத் திரும்பி, எங்களது இரவு உணவுக்காக அமர்ந்தோம். மற்ற விஷயங்களில் அந்த ஹோட்டல் சாதாரணமாக இருந்த போதிலும், அங்கிருந்த சமையல்காரரின் கைவண்ணம் அருமையாக இருந்தது. இன்றைய இரவு உணவுப் பட்டியலில் மிகவும் அற்புதமான ஆட்டுக் குட்டி கறியும் இருந்தது.

'மிகவும் நாகரிகமான மனிதர் என்றுதான் கூறவேண்டும்.' எலும்புத் துண்டிலிருந்து மஜ்ஜையை எடுக்க முயற்சித்துக்கொண்டே சர்க்கார் கூறினார்.

'யார், டாக்டர் வைத்யாவையா குறிப்பிடுகிறீர்கள்?'

'ஆமாம். உண்மையிலேயே திறமையான ஆள்தான். அவருக்கு எல்லாம் தெரியும்போலத் தோன்றுகிறது.'

'ஆமாம். அதைக் கேட்டு நீங்கள் மகிழ்ச்சி அடைந்திருக்கத்தான் வேண்டும்' என்று ஃபெலுடா சிரித்துக்கொண்டே கூறினார். 'இனிமேல் உங்களுக்கு எந்த அபாயமும் இல்லை என்று சொன்னார், இல்லையா?'

'ஏன், அவர் சொன்னதை நீங்கள் நம்பவில்லையா?'

'அவர் சொன்னது உண்மையாக இருந்தென்றால் நான் அவரை நம்புவேன். ஆனால், இந்த நேரத்தில் எதை, யாரை நம்புகிறோம் என்பதில் நாம் மிகவும் கவனமாக இருக்க வேண்டும். இந்தத் தொழிலில் ஏராளமான மோசடிப் பேர்வழிகள் இருக்கிறார்கள்.' ஃபெலுடா மீண்டும் நெற்றியைச் சுருக்கினார். ஏதோ சிந்தனை ஓடிக்கொண்டிருக்கிறது என்பது தெளிவு. அது என்ன என்பதைத் தெரிந்துகொள்ள துடித்தேன்.

'கொலையைப் பற்றி சொன்னாரே! அதை நீங்கள் நம்புகிறீர்களா? என்று கேட்டார் திரு. சர்க்கார்.

'ஆமாம், நம்புகிறேன்.'

'உண்மையாகவா! ஏன்?'

'அதற்கு ஒரு காரணம் உண்டு' என்று கூறிவிட்டு ஃபெலுடா மௌனமாக இருந்து விட்டார்.

இரவு உணவுக்குப் பிறகு பீடா வாங்குவதற்காக நாங்கள் இருவரும் வெளியே சென்றோம். இன்னும் மழை பெய்யத் தொடங்கவில்லை. இருந்தாலும், காற்றே இல்லாமல் இறுக்கமாக இருந்தது. ஃபெலுடா, ஒரு பீடாவை வாயில் போட்டுக்கொண்டு அங்குமிங்குமாக நடக்கத் தொடங்கினார். ஒருசில நிமிடங்களுக்குப் பிறகு அவர் நடப்பதை நிறுத்திவிட்டு சொன்னார்: 'இது மாதிரிதான் நான் நேரத்தை வீணடிக்கிறேன். உன்னிடம் சொல்வதற்கு என்ன, தொப்ஷே ஓர் அரை மணிநேரம் நடந்து போய்விட்டு வருகிறாயா? அறையில் எந்தத் தொந்தரவும் இல்லாமல் கொஞ்ச நேரம் நான் தனியாக வேலை செய்ய வேண்டியிருக்கிறது.'

நான் இதற்கு ஒப்புக்கொண்டதும் ஃபெலுடா நடந்து போய் விட்டார். நான் எதிர்ப்பக்க நடைபாதைக்குச் சென்று, சாலையின் கீழ்ப்புறமாக நடக்கத் தொடங்கினேன். அது நகரத்தை நோக்கிச் செல்லும் பாதையாகும். எல்லாக் கடைகளும் மூடி இருந்தன. ஒரு கடைக்கு முன்னால் சிலர் வட்டமாக அமர்ந்து சூதாடிக் கொண்டிருந்தனர். யாரோ தாயக்கட்டையை உருட்டிப் போட்ட சத்தம் கேட்டது. பின்பு பலமான சிரிப்பு சத்தமும் கத்தலும் கேட்டது.

தெருவிளக்குகள் மிகவும் மங்கலாகத்தான் எரிந்து கொண்டிருந் தன. இருந்தபோதிலும், எதிர்ப்பக்கம் இருந்து வேகமாக நடந்து வந்துகொண்டிருந்த மனிதரை நான் கவனிக்கத் தவறவில்லை. அவர் அருகே வந்தபோதுதான் கவனித்தேன். அவர் ஹெல்மட். அவரைக் குரலெடுத்து, கூப்பிடவிடாமல் ஏதோ என்னைத் தடுத்துவிட்டது. அவரும், மிகுந்த யோசனையுடன் சென்று கொண்டிருந்தால் என்னைக் கடந்து சென்றபோதும்கூட, என்னைக் கவனித்ததாகவே தெரியவில்லை. அவர் பார்வையிலிருந்து மறையும் வரை, அவரது பின்புறத்தை நான் முட்டாள்தனமாக வெறித்துப் பார்த்துக் கொண்டிருந்தேன். பிறகு, எனது கடிகாரத்தைப் பார்த்துவிட்டு ஹோட்டலுக்குத் திரும்பினேன்.

ஃபெலுடா நீட்டிப் படுத்துக் கொண்டிருந்தார். அவரது நீலநிறக் குறிப்பேடு நெஞ்சின் மேல் கிடந்தது.

'இன்று வரையிலான சந்தேகத்துக்குரிய நபர்களை நான் பட்டியலிட்டு விட்டேன்.' நான் அறைக்குள் நுழைந்தவுடன் அவர் கூறினார்.

'நல்லது. விரேந்திர ஷெல்வான்கர் ஏற்கெனவே சந்தேகத்துக்கு ஆளாகி இருக்கிறார், இல்லையா? அவர் பெயர்தான் நமக்குத் தெரியாமல் இருந்தது. உங்கள் பட்டியலில் டாக்டர் வைத்யாவின் பெயரையும் சேர்த்திருக்கிறீர்கள், அல்லவா?'

ஃபெலுடா பற்கள் தெரியும்படி சிரித்தார். 'அந்த ஆள் நன்றாகவே வேடிக்கை காட்டினார். நான் ஒப்புக்கொள்ளத்தான் வேண்டும். இருந்தாலும், அது எல்லாமே உண்மையாகக்கூட இருக்கலாம். யார் கண்டது? அவரும் ஷெல்வான்கரும் பேசிக் கொண்டிருந்திருக்கிறார்கள் என்பதை நாம் மறந்துவிடக் கூடாது. அந்த இருவரும் என்ன பேசிக்கொண்டார்கள் என்பதைத் தெரிந்து கொள்ளாமல் டாக்டர் வைத்யா ஒரு மோசடிப் பேர்வழியா, இல்லையா என்பதை உறுதிப்படுத்த வேறு வழியில்லை.'

'ஆனாலும், சர்க்காரைப் பற்றி அவர் சரியாகத்தான் சொன்னார், இல்லையா?'

'அது மிகவும் சுலபம். சர்க்கார் தொடர்ந்து தன் நகத்தைக் கடித்துக்கொண்டே இருந்தார். அவரை அந்த நிலையில் பார்த்த எவருமே அவர் மன அழுத்தத்துடன் இருக்கிறார் என்று கூறிவிடுவார்கள்.'

'அது சரி. கொலையைப் பற்றி என்ன நினைக்கிறீர்கள்?'

'ஏதோ ஒரு தோற்றத்தை உருவாக்கவேண்டும் என்பதற்காகக் கூட அவர் சொல்லியிருக்கலாம். இயற்கையான மரணம், உண்மையான விபத்தால் உயிரிழப்பு போன்ற எல்லாமே சாதாரணமாகத்தான் தோன்றும். அதையே கொலை என்று கூறிப் பார். அதன் விளைவே தனி ரகமாக இருக்கும்.'

'சரி, உங்கள் சந்தேகப் பட்டியலில் யாரெல்லாம் இருக்கிறார்கள்?'

'வழக்கப்படியே எல்லோரும்தான்.'

'எல்லோரும்தான் என்றால், டாக்டர் வைத்யாவையும் சேர்த்தா?'

'ஆமாம். அந்த யமனதக் சிலையைப் பற்றி அவருக்குத் தெரிந்திருக்கக் கூடும்.'

'சரி, ஹெல்மட்... இப்போதுகூட என்னைக் கடந்துதான் போனார். ஆனால், என்னைப் பார்த்த மாதிரி தெரியவில்லை.'

இது ஃபெலுடாவுக்கு ஆச்சரியத்தை அளிக்கவில்லை என்றே தோன்றியது. 'தொடக்கத்தில் இருந்தே ஹெல்மட் ஒரு மர்மமான மனிதராகத்தான் எனக்குத் தோன்றுகிறார். சிக்கிம் பற்றிய ஒரு நூலுக்காகப் புகைப்படங்கள் எடுப்பதாக பெயர். ஆனால், ரும்டெக்கில் லாமா நடனம் நடைபெறப் போவது பற்றி அவருக்குத் தெரிந்திருக்கவில்லை. அவர் மீது சந்தேகம் கொள்வதற்கு இதுவே போதுமானதாகும்.'

'ஏன், அதற்கு என்ன காரணம்?'

'இங்கே சிக்கிமில் தங்கி இருப்பதற்கான உண்மையான காரணத்தை அவர் நம்மிடம் மறைக்கிறார்.' நான் மிகவும் குழப்பமடைந்து விட்டேன். தலை சுற்றுவது போலிருந்தது. எனவே, என் கேள்விகளை அத்தோடு நிறுத்திக் கொண்டேன். ஃபெலுடா, மீண்டும் தனது குறிப்பேட்டில் எழுதத் தொடங்கினார்.

இரவு பத்தே முக்கால் மணிக்கு இரவு வணக்கம் சொல்வதற்காக சர்க்கார் எங்கள் அறைக் கதவைத் தட்டினார். அதன்பிறகு ஒரு புத்தகத்தை எடுத்துப் படிக்க முயற்சி செய்தேன். இருந்தாலும், புத்தகத்தில் மனம் ஒன்றவில்லை. ஃபெலுடா, அமைதியாக உட்கார்ந்து கொண்டோ அல்லது குறிப்பேட்டில் எழுதியதைப் படித்துக்கொண்டோ நேரத்தைக் கடத்தினார். எப்பொழுது நான் தூங்கினேன் என்பது எனக்கே தெரியாது. நான் கண் விழித்துப் பார்த்தபோது, வெளியே சூரிய ஒளியில் மலைகள் பிரகாசித்துக் கொண்டிருந்தன.

ஃபெலுடா அறையில் இல்லை. ஒருவேளை அவர் குளித்துக் கொண்டிருக்கக்கூடும். அவரது படுக்கையில் ஆஷ்ட்ரேவுக்குக் கீழே ஒரு காகிதம் வைக்கப் பட்டிருப்பதை நான் கவனித்தேன். எனக்குத் தகவல் ஏதாவது எழுதி வைத்துவிட்டு சென்றிருப்பாரோ? அதை எடுத்துப் பார்த்தேன். அதே திபெத்திய வார்த்தை என்னைப் பார்த்து சிரித்தது. அதன் பொருள் என்னவென்று எனக்குத் தெரியும் மரணம்.

ஒன்பது

ஃபெலுடா குளியலறையில் இல்லை. பம்பாய்க்கு டிரங்க் கால் செய்வதற்காக அதிகாலை யிலேயே எழுந்து சென்றுவிட்டார் என்று பின்புதான் நான் தெரிந்துகொண்டேன். காலை சிற்றுண்டிக்காக நான் கீழே இறங்கியபோது, யாருடனோ அவர் டெலிபோனில் பேசிக் கொண்டிருப்பதைப் பார்த்தேன்.

ரிசீவரைக் கீழே வைத்துக்கொண்டே அவர் என்னிடம் சொன்னார்: 'திரு. போஸை என்னால் தொடர்புகொள்ள முடியவில்லை. இன்று அதிகாலையிலேயே அவர் கிளம்பி விட்டாராம். ஒருவேளை என் தந்தி அவருக்குக் கிடைத்திருக்கக் கூடும்.'

காலை சிற்றுண்டிக்கு ஆர்டர் செய்தோம். ஃபெலுடா ஒரு சில நிமிடங்களுக்குப் பிறகு சொன்னார்: 'இன்று நான் ஒரு பரிசோதனை நடத்தவேண்டும். எங்கோ ஓரிடத்தில் நான் தவறு செய்திருக்கிறேன் என்று நினைக்கிறேன். அதை உறுதிப்படுத்திக் கொள்ளவேண்டும்.'

'அந்தப் பரிசோதனையை எங்கே செய்யப் போகிறீர்கள்?'

'அதற்கு அமைதியான ஓர் இடம் எனக்குத் தேவை.'

'காலியான ஒரு அறை வேண்டுமா?'

'இல்லையில்லை. முட்டாள், அதுதான் எனக்குத் தேவை என்றால் நமது ஹோட்டல் அறையையே நான் பயன்படுத்திக் கொள்ளலாமே. சாலையில் நான் இருக்கவேண்டும். ஆனால், யாரும் என்னைப் பார்க்கக்கூடாது. அப்படி யாராவது என்னைப் பார்க்க நேர்ந்தால், நான் பைத்தியம்தான் என்று எண்ணி விடுவார்கள். காலை சிற்றுண்டிக்குப் பிறகு நாம் நாதுலா சாலையை நோக்கி செல்வோம்.' கேங்டாக்கின் பெரிய தெருக்கள்

எதையும் நான் இதுவரை பார்க்கவில்லை. மேலும், நடந்தே புதிய இடங்களைப் பார்ப்பது என்ற எண்ணம் எனக்கு உற்சாகத்தை ஏற்படுத்தியது.

நாங்கள் ஹோட்டலை விட்டு வெளியே வரும்போது, டாக்டர் வைத்யாவை பார்த்தோம். இன்று அவர் கறுப்புக் கண்ணாடி அணிந்திருந்தார். 'எங்கே போகிறீர்கள்? என்று கேட்டார் அவர்.

'சும்மா நடக்கச் செல்கிறோம். நகரத்தைப் பெரிதாக சுற்றிப் பார்க்கவில்லை. அரண்மனைப் பக்கம் போகலாம் என்று நினைத்திருக்கிறோம்.'

'அப்படியா! நான் ஒரு ஜீப் தேடிக் கொண்டிருக்கிறேன். பெமியாங்சி செல்வதற்கு இன்றுதான் நல்ல நாளாக இருக்கும். நீங்கள் அங்கு போகவில்லை என்றால் உண்மையிலேயே நிறைய இழந்தது மாதிரிதான்.'

'ஒருநாள் அங்கு போகலாமென்றுதான் நினைத் திருக்கிறோம்.'

'நான் அங்கு இருக்கும்போது வருமாறு பார்த்துக் கொள்ளுங்கள். கேங்டாக் ஒன்றும் மிகவும் பாதுகாப்பான இடம் அல்ல. குறிப்பாக உங்களுக்கு.'

ஒரு புன்னகையுடன் கையசைத்துக் கொண்டே டாக்டர் வைத்யா கிளம்பிப் போனார்.

'அவர் ஏன் அப்படிச் சொன்னார்? நான் கேட்டேன்.

'அவர் மிகவும் புத்திசாலிதான். எனக்கு பயத்தை ஏற்படுத்த விரும்பியிருக்கிறார், அவ்வளவுதான். சிக்கலானதொரு விஷயத்தில் நான் ஈடுபட்டிருக்கிறேன் என்பதை நிச்சயமாக அவர் உணர்ந்திருக்கிறார். மேலும், அதற்கு ஒரு திருப்பத்தைக் கொடுப்பதற்காகத் தேவையில்லாத ஒன்றைச் சொல்லியிருக்கிறார்.'

'உண்மையில் உங்களை அச்சுறுத்தத்தான் செய்திருக்கிறார்கள், இல்லையா? நான் அந்தக் காகிதத்தைப் பார்த்தேன்.'

'அதில் ஒன்றும் புதிதாக இல்லை.'

'இல்லைதான். ஆனாலும்...'

'ஆனாலும் ஒன்றுமில்லை. யாரோ ஒருவன் ஒரு காகிதத்தில் அந்த திபெத்திய வார்த்தையை எழுதிவிட்டதாலேயே, நான் இதைக் கைவிட்டு விடுவேன் என்று நீ நினைத்தால், என்னை நீ புரிந்துகொள்ளவில்லை என்றுதான் பொருள்.'

நான் எதுவும் பேசவில்லை. ஆனாலும், அவரைப் பற்றி எனக்கு எவ்வளவு தெரியும் என்று எனக்குள் நினைத்துக் கொண்டேன். அச்சுறுத்தல்களும் எச்சரிக்கைகளும் அவர் மீது பொழிந்த போதும்கூட, லக்னோவில் மகாராஜாவின் மோதிரம் குறித்த வழக்கில், அவர் எத்தகைய அற்புதங்களை நிகழ்த்தினார் என்பதை நான் பார்க்கத்தானே செய்தேன்?

நாங்கள் மலையேற்றப் பாதையில் நடந்து சென்று கொண்டிருந் தோம். டார்ஜீலிங் கடைவீதி போன்ற, சாலை விரிவாக இருந்த ஓர் இடத்தை நாங்கள் இப்பொழுது வந்தடைந்திருந்தோம். சாலை பற்றிய விவரங்களைத் தாங்கிய மஞ்சள் நிற விளம்பரப் பலகை ஒன்று அங்கிருந்தது. வலதுபக்கத்தைச் சுட்டிக்காட்டிய கோடு 'அரண்மனை' என்று கூறியது. அந்தச் சாலையின் இறுதியில் மிகப்பெரிய அலங்கார வளைவு இருந்தது. இதுதான் அரண்மனையின் நுழைவாயிலாக இருக்க வேண்டும். இடது பக்கத்தில் இருந்த திசைகாட்டி 'நாதுலா சாலை' என்றது. மிகவும் அமைதியான சாலையாக அது இருந்தது. சுற்றுலாப் பயணி களைப்போல் தோன்றிய சிலர் அரண்மனை இருந்த திசையை நோக்கிச் சென்று கொண்டிருந்தனர். 'நாம் இடது பக்கம் திரும்பு வோம். சீக்கிரம்' என்றார் ஃபெலுடா.

நாங்கள் இடதுபுறம் திரும்பி, சீனா எல்லையை நோக்கிச் செல்லும் சாலையில் நடக்கத் தொடங்கினோம். கண்ணில் யாருமே தென்பட வில்லை. ஃபெலுடா அடிக்கடி மலைப்பகுதியை ஏறிட்டு பார்த்துக்கொண்டே வந்தார். நாங்கள் இப்பொழுது கேங்டாக்கின் கிழக்குப் பகுதியில் இருந்தோம். கன்ஜன்ஜௌங்கா மேற்குப் பகுதியில் இருந்தது. இங்கிருந்து பார்க்க, பனி படர்ந்த மலைச் சிகரங்கள் எதுவும் கண்ணில் தென்படவில்லை. இருந்தாலும், ஒரு கயிற்றுப் பாதை கண்ணில் தெரிந்தது.

மிகவும் கவர்ச்சிகரமானதாக அந்தக் காட்சி இருந்ததால் நான் நடப்பதை நிறுத்திவிட்டு, அதை வெறித்துப் பார்த்துக் கொண்டிருந்தேன். பொழுது போனதே தெரியவில்லை. ஒரு சில நிமிடங்களுக்குப் பிறகு நான் திடுக்கிட்டு மேலே பார்த்த போதுதான் ஃபெலுடா என்னைக் கூப்பிடுவது காதில் விழுந்தது. நான் அந்தச் சந்தடியான கயிற்றுப் பாதையை நோக்கிக் கொண்டிருந்தபோது ஃபெலுடா, மலையின் ஓரத்திலிருந்து மேலே ஏறியிருக்கிறார். சாலையிலிருந்து பல அடி உயரத்தில் நின்றுகொண்டு அவர் என்னை அழைத்தார். 'தொப்ஷே! இங்கே வா.'

நான் மேலே ஏறி அவரோடு சேர்ந்து கொண்டேன். ஒரு பாறாங்கல்லுக்கு அருகில் ஃபெலுடா நின்று கொண்டிருந்தார். அந்தப் பாறாங்கல் ஒரு கால்பந்து அளவுக்குப் பெரியதாக இருந்தது. அவர் என்னிடம் சொன்னார்: 'நான் கீழே போகிறேன். மலையை ஒட்டியவாறு நான் நடந்து வருவேன். நான் சொல்லும்போது நீ இந்தப் பாறாங்கல்லைக் கீழே தள்ளிவிட வேண்டும். மெதுவாகத் தள்ளினாலே போதும், அது மலை யிலிருந்து கீழே விழுந்துவிடும். சொல்வது புரிந்ததா?'

'ஆமாம் கவலை வேண்டாம்.'

ஃபெலுடா கீழே இறங்கி, நான் வந்த பக்கத்தை நோக்கிச் சென்று மறைந்து விட்டார்.

பிறகு அவர் குரல் கேட்டது. 'ரெடியா?'

'ரெடி!' என்று நான் பதிலளித்தேன்.

ஃபெலுடா நடக்கத் தொடங்கினார். அவரை என்னால் பார்க்க முடியாவிட்டாலும் நடந்து வரும் சத்தம் கேட்டது. ஒருசில நொடிகளுக்குப் பிறகு, என் கண் பார்வைக்கு நேராக அவர் வந்திருந்தார். அவரைச் சரியாக கவனிப்பதற்கு முன்பாகவே அவர் 'தள்ளு!' என்று கத்தும் சத்தம் கேட்டது. நான் அந்தப்

பாறாங்கல்லைத் தள்ளிவிட்டேன். அது கீழே உருளத் தொடங்கியது. ஃபெலுடா அப்பொழுதும் நடப்பதை நிறுத்தவில்லை. அந்தப் பாறாங்கல் சாலையைத் தொட்டபோது அவர் அந்தப் பகுதியைக் கடந்து சென்றிருந்தார். குறைந்தது ஒரு பத்து அடி தூரமாவது அவர் தள்ளிப் போயிருப்பார்.

'அங்கேயே இரு' என்று அவர் மீண்டும் குரல் கொடுத்தார்.

பிறகு, அவர் திரும்பி வந்தார். அப்பொழுது அந்தப் பாறாங் கல்லும் அவர் கையில் இருந்தது. முழுதாகத்தான் இருந்தது. 'இப்போது நீ கீழே போய், நான் செய்த மாதிரியே நடந்து வா. இந்தக் கல்லை உன் மீது தூக்கி எறிவேன். இருந்தாலும், நீ தொடர்ந்து நடந்து கொண்டிருக்க வேண்டும். அது மிக வேகமாக உன்னை நோக்கி வருகிறது என்று நினைத்தால், உன்னைத் தாக்கும் என்று உணர்ந்தால், எதிர்ப்பக்கமாக எகிறிக் குதித்து விடு. உன்னால் இதைச் செய்யமுடியும் அல்லவா?'

'நிச்சயமாக.'

நான் ஒரு வழியாகக் கீழே இறங்கி, ஃபெலுடாவின் மீது ஒரு கண் வைத்தவாறே நடக்கத் தொடங்கினேன். அவர் சிலை போல் நின்றுவாறு, சரியான தருணத்துக்காக காத்துக் கொண்டிருப்பதைக் கண்டேன். பிறகு, அவர் அந்தப் பாறாங்கல்லைக் காலால் தள்ளிவிட்டார். நான் தொடர்ந்து நடந்து கொண்டிருந்தேன். நான் அந்தப் பகுதியை அடைவதற்கு ஒரு சில நொடிப் பொழுதுகளுக்கு முன்பாகவே அந்தக் கல் சாலையைத் தொட்டது. பிறகு அது சரிவில் உருண்டோடி, பார்வையிலிருந்து மறைந்து விட்டது.

ஃபெலுடா கீழே உட்கார்ந்து நெற்றியில் அடித்துக்கொண்டார். நான் முட்டாள் போல் அங்கேயே நின்று கொண்டிருக்காமல் மீண்டும் மேலே ஏறினேன்.

'நான் எப்பேர்பட்ட முட்டாள் தொப்ஷே! வடிகட்டின மடையன்தான். இந்தச் சாதாரண…'

'ஃபெலுடா!' என்று உரக்கக் கத்திக்கொண்டே அவரை ஒரு பக்கமாகத் தள்ளினேன். அதே நொடியில் ஒரு பெரிய பாறை மலை உச்சியிலிருந்து உருண்டு வந்து கீழே விழுந்தது. ஒரு சில இன்ச்களில் நாங்கள் தப்பித்தோம். வழியில் ஒரு பெரிய செடியை முற்றிலுமாக நசுக்கிவிட்டுச் சென்றிருந்தது அந்தப் பாறை. அது சாலையைத் தொட்டுவிட்டு, சரிவில் விழுந்து கண்ணிலிருந்து

மறையும் நேரத்தில் எனக்கு மூச்சு சீரானது. நல்லவேளையாக ஃபெலுடா பேசும்போது நான் மேலே பார்த்துக் கொண்டிருந்தேன். கடவுளுக்குத் தான் நன்றி சொல்லவேண்டும். நல்லவேள அந்தப் பாறையை நான் பார்த்தேன். இல்லையென்றால்... விளைவுகளை நினைத்தாலே எனக்கு பகீர் என்றது.

'ரொம்ப நன்றி தொப்ஷே! இந்த இடம் பாதுகாப்பானதாகத் தெரியவில்லை. நாம் திரும்பிப் போகலாம்' என்றார் ஃபெலுடா.

நாங்கள் சாலையை நோக்கி இறங்கி, அடுத்த முச்சந்தி வரை வேகமாக நடந்து சென்றோம். அங்கே ஒரு பக்கமாக மரத்தடியின் கீழ் பெஞ்சுகள் போடப்பட்டிருந்தன. அவற்றில் ஒன்றில் போய் உட்கார்ந்தோம். முகத்தைத் துடைத்துக் கொண்ட ஃபெலுடா கேட்டார்: 'நீ யாரையாவது பார்த்தாயா?'

'இல்லை. அந்தப் பாறை அவ்வளவு உயரத்தி லிருந்து விழுந்தது. கவனிப்பதற்கு நேரம் இருந்திருந்தாலும், அவ்வளவு உயரத்தில் இருந்து யார் தள்ளியிருப்பார்கள் என்று பார்ப்பது மிகவும் கடினம்.'

'நான் இப்போது வேகமாகச் செயல்பட வேண்டும். இறுதித் தீர்வை நான் கண்டு பிடித்தேயாக வேண்டும்.'

'ஆனால், அதற்கு முன்னால் நிறையக் கேள்விகளுக்கு பதில் தெரிந்துகொள்ள வேண்டியிருக்கிறதே!'

'ஒருசில பதில்களை நான் ஏற்கெனவே கண்டுபிடிக்கவில்லை என்று யார் சொன்னது? நேற்று இரவு எத்தனை மணிக்கு படுக்கப் போனேன் என்று உனக்குத் தெரியுமா? அதிகாலை இரண்டு மணிக்கு. நிறையவே யோசித்துவிட்டேன். இப்போது நாம் மேற்கொண்ட பரிசோதனை என்னுடைய சந்தேகம் ஒவ்வொன்றையும் உறுதிப்படுத்தி யிருக்கிறது. கீழே விழுந்த பாறையினால் திரு. ஷெல்வாங்கர் சென்ற ஜீப் அடிபடவில்லை. லட்சத்தில் ஒன்று என்ற அளவுக்கே சாத்தியமான ஒரு வாய்ப்பை மட்டுமே வைத்துக்கொண்டு யாரும் கொலைசெய்துவிட முடியாது. உண்மையில் என்ன நடந்தது என்று எனக்கு உறுதியாகத் தெரியும். நடந்தது இதுதான். திரு. ஷெல்வான்கரை நினைவிழக்கச் செய்திருக்கிறார்கள். பிறகு, ஜீப்போடு சேர்த்து அவரையும் பள்ளத்தில் தள்ளியிருக்கிறார்கள். அதன் பிறகுதான், அது விபத்து என்று தெரியும் வகையில் பாறாங்கல்லை அதன்மீது உருட்டி விட்டிருக்கிறார்கள்.'

'ஆனால் அந்த டிரைவர், அவன் எப்படி?'

'அவனுக்கு லஞ்சம் கொடுத்திருக்க வேண்டும். எனக்கு நிச்சயமாகத் தெரியும்.'

'அல்லது அந்த டிரைவரே அவரைக் கொன்றிருக்கலாம் அல்லவா?'

'இல்லை; அவ்வாறு நடந்திருக்க வாய்ப்பில்லை. அதற்கு போதுமான அளவுக்கு உறுதியான நோக்கம் எதுவும் அவனிடம் இருக்காது.'

ஃபெலுடா எழுந்தார். 'நாம் திரும்பிப் போகலாம் தொப்ஷே. அந்த எஸ்கேளம் 463 வண்டியை கண்டுபிடிக்க வேண்டும்.'

ஆனால், அந்த வண்டி கேங்டாக்கிலேயே இல்லை என்பது பிறகுதான் தெரிந்தது. அதற்கு முந்தைய நாள்தான் அது சிலிகுரிக்கு புறப்பட்டுச் சென்றிருக்கிறது. 'புத்தம் புதிய ஜீப் என்பதால் நிறைய பேர் அதில் பயணம் செய்ய விரும்பி யிருக்கக் கூடும்' என்றார் ஃபெலுடா.

'நாம் இப்பொழுது என்ன செய்வது?'

'கொஞ்சம் பொறு, யோசிக்கிறேன். வர வர நான் குழம்பிப் போய்விடுகிறேன்.'

ஜீப் ஸ்டாண்டில் இருந்து நாங்கள் ஹோட்ட லுக்குத் திரும்பி னோம். சாப்பாட்டு அறையில் அமர்ந்து ஃபெலுடா குளிர்பானம் ஆர்டர் செய்தார். அவரது தலை கலைந்திருந்தது. பெருமளவுக்கு ஆடிப்போனது போல் தோன்றினார்.

'என்றைக்கு நாம் இங்கே வந்தோம்?' திடீரென்று கேட்டார் ஃபெலுடா.

'ஏப்ரல் பதினான்காம் தேதி.'

'ஷெல்வான்கர் என்றைக்குக் கொல்லப் பட்டார்?'

'பதினொன்றாம் தேதி.'

'அன்றைக்கு ஷெல்வான்கரைத் தவிர திரு. சர்க்கார், ஹெல்மட், டாக்டர் வைத்யா ஆகி யோர் கேங்டாக்கில் இருந்திருக்கிறார்கள்.'

'விரேந்திரா?'

'நல்லது. அவரையும் கணக்கில் எடுத்துக் கொள்வோம். என்றைக்கு திரு.சர்க்கார் அந்த எச்சரிக்கை காகிதத்தைப் பெற்றார்?'

'பதினான்காம் தேதி அன்று இரவில்'

'சரி, அன்று யார் யார் ஊரில் இருந் தார்கள்?'

'ஹெல்மட், திரு. போஸ், விரேந்திரா, அப்புறம்... அப்புறம்...'

'சர்க்கார்.'

'ஆமாம். அதுவும் சரிதான்.'

'அவர் ஏதாவது குற்றம் புரிந்திருக்கலாம். திபெத்திய வார்த்தை எழுதியிருந்த அந்தக் காகிதத்தை நம்மிடம் காட்டி, தன் மீது சந்தேகம் வராத மாதிரி செய்யவும் அவர் முயற்சி செய்திருக்கலாம். ரும்டெக்கில் உதவிக்காக அவர் போட்ட கூச்சல்கூட புத்திசாலித்தனமான நடிப்பாக இருக்கலாம்.'

'அவர் என்ன தவறு செய்திருக்கக்கூடும்?'

'அது எனக்கு இன்னும் தெரியாது. இருந்தாலும், ஷெல்வான் கரை அவர் கொன்றிருப்பார் என்று நான் நினைக்கவில்லை.'

'நல்லது. இப்பொழுது யார் மிச்சம் இருக்கிறார்கள்?'

'டாக்டர் வைத்யா. அவரை மறந்துவிடாதே. அவர் அன்று கலிம்பாங்குக்குச் சென்றாரா இல்லையா என்று நமக்கு நிச்சயமாகத் தெரியாது.'

ஃபெலுடா, ஒரே மூச்சில் சிக்கிம் ஆரஞ்சு சாற்றை குடித்து முடித்துவிட்டுத் தொடர்ந்தார். 'இந்த விஷயத்தில் நாம் சந்தேகப் படாத வகையில் நடவடிக்கைகள் உள்ள ஒரே நபர் திருபோஸ்தான். ஏனென்றால், அவர் நம்மோடு வந்தார். அடுத்த நாளே பம்பாய்க்கு புறப்பட்டுச் சென்றுவிட்டார். அவர் வீட்டில் யாரோ ஒருவர் அவர் பம்பாய்க்குத் திரும்பி வந்ததை உறுதிப்படுத்தினார்கள். ஆனாலும், இப்போது அவர் அங்கே இல்லை. ஒருவேளை இங்கே வந்து கொண்டிருக்கலாம். பெமியாங்சிக்கு நாம் மேற்கொள்ள வேண்டிய பயணம்...'

ஃபெலுடா பேச்சை நிறுத்திவிட்டார். யாரோ சாப்பாட்டு அறைக்குள் நுழைந்து மேனேஜரை விசாரித்துக் கொண்டிருந் தார்கள். அது எங்கள் ஜெர்மன் நண்பர் ஹெல்மட் உங்கர்தான். மேனேஜர் எங்களைச் சுட்டிக்காட்டினார். ஹெல்மட் திரும்பிப் பார்த்தார். 'மன்னிக்க வேண்டும். நீங்கள் இங்கே இருப்பதை நான் கவனிக்கவில்லை.' தயக்கத்துடன் சொன்ன அவர் தொடர்ந்து கூறினார்: 'உங்களுடன் கொஞ்சம் விவாதிக்க வேண்டும். உங்கள் அறைக்குப் போகலாமா?'

பத்து

நாங்கள் அறைக்குள் நுழைந்ததும், 'கதவை அடைத்துவிடட்டுமா?' என்று கேட்டார் ஹெல்மட். பின்பு, எங்கள் பதிலுக்காகக் காத் திருக்காமல் கதவை சாத்தினார். நான் அவரைப் பார்த்தேன். கொஞ்சம் சங்கடமாகத்தான் உணர்ந்தேன். அவர் உயரமாகவும் வலுவாகவும் இருந்தார். குறைந்தது ஃபெலுடாவைவிட ஒரு இன்ச்சாவது உயரமாகத்தான் இருப்பார். இவ்வளவு ரகசியமாக அவர் செய்ய விரும்பும் காரியம்தான் என்ன? ஹிப்பிக்கள் போதைப் பொருள்களைப் பயன்படுத்துவார்கள் என்று கேள்விப் பட்டிருக்கிறேன். ஒருவேளை ஹெல்மட்டும் அவர்களைப் போன்றவரா, அல்லது அவர்...?

இதற்குள் ஹெல்மட், தன் கேமராவை என் படுக்கையின் மீது வைத்துவிட்டு, அக்ஃபா என்று எழுதியிருந்த பெரிய கவர் ஒன்றை பிரித்துக் கொண்டிருந்தார்.

'டீ சாப்பிடுகிறீர்களா?' என்று கேட்டார் ஃபெலுடா.

'வேண்டாம். மிக்க நன்றி. இந்தப் புகைப்படங்களை உங்களுக்குக் காண்பிக்கத்தான் நான் இங்கு வந்தேன். இவற்றை இங்கே பிரதியெடுக்க முடியவில்லை. அதனால் டார்ஜிலிங்குக்கு அனுப்பியிருந்தேன். இன்று காலைதான் அவற்றின் பெரிய பிரதிகள் எனக்குக் கிடைத்தன.'

முதல் புகைப்படத்தை ஹெல்மட் வெளியே எடுத்தார். 'இந்தப் புகைப்படம் வடக்கு சிக்கிம் நெடுஞ்சாலையில் இருந்து எடுக்கப்பட்டது. எதிர்புறம் உள்ள மலை வரை செல்லும் இந்தப் பாதையில்தான் அந்த விபத்து நிகழ்ந்தது. அங்கிருந்து கேன்டாக் மிக அழகாகத் தோற்றமளிக்கும். அன்று காலை அந்தக் காட்சியைப் புகைப்படம் எடுப்பதற்காக அங்கேதான் இருந்தேன். வழியில்

என்னை ஏற்றிக்கொள்வதாக திரு. ஷெல்வான்கர் என்னிடம் சொல்லியிருந்தார். ஆனால், நான் நின்றுகொண்டு இருந்த இடம் வரைக்கும் அவரது ஜீப் வரவில்லை. நான் புகைப்படம் எடுத்துக் கொண்டிருந்தபோது ஏதோ சத்தம் கேட்டது. நான் திரும்பிப் பார்த்தேன். நான் நின்று கொண்டிருந்த இடத்திலிருந்து, நான் பார்த்த அனைத்தையும், என்னிடம் இருந்து தொலை தூர லென்ஸைப் பயன்படுத்தி எடுத்த புகைப்படங்கள்தான் இவை.'

மிகவும் விசித்திரமான புகைப்படம்தான் அது. தொலைவில் இருந்து எடுத்திருந்த போதிலும், பெரும்பாலான விவரங்கள் தெளிவாகத் தெரிந்தன. ஒரு ஜீப் சரிவில் விழுந்து கொண்டிருந்தது. அதற்கு ஒரு சில அடிகள் மேலே சாலையில் ஒரு மனிதன் நின்றுகொண்டு கீழே விழும் ஜீப்பை பார்த்துக் கொண்டிருந்தான். அவன் நீல நிற மேல் சட்டை அணிந்திருந்தான். ஆனால், அவனது முகம் தெரியவில்லை.

ஹெல்மட் இரண்டாவது புகைப்படத்தை வெளியே எடுத்தார். இதுவும் மிகவும் வித்தியாசமாக இருந்தது. முதல் புகைப்படம் எடுத்த ஒருசில நொடிகளிலேயே இதுவும் எடுக்கப்பட்டிருக்க வேண்டும். இதில் மலையின் அடிவாரத்தில் ஜீப் நசுங்கி உடைந்து கிடக்கிறது. அதற்குப் பக்கத்தில் புதருக்குப் பின்னால் அரைகுறையாகத் தெரிந்த ஒரு மனித உருவம் தரையில் விழுந்து கிடந்தது. அந்த மனிதர் கறுத்த நிறத்தில் சூட் அணிந்திருந்தார். டிரைவர் அப்பொழுதும் சாலையில்தான் நின்று கொண்டிருந்தான். ஆனால், இந்த முறை கேமராவுக்கு முதுகைக் காட்டியபடி மலையைப் பார்த்தவாறு இருந்தான். மலை உச்சியில் வேறோர் ஆள் பாறையின் மீது சாய்ந்த மாதிரி நின்றுகொண்டிருந்தான். அவனது முகமும் தெளிவாகத் தெரியவில்லை. என்றாலும், அவன் அணிந்திருந்த சிவப்பு உடை தெளிவாகத் தெரிந்தது.

மூன்றாவது புகைப்படத்தில் சிவப்பு உடை ஆளைக் காண வில்லை. அந்த டிரைவர் ஓடிக் கொண்டிருந்தான். கறுத்த வண்ண சூட் அணிந்த மனிதர் இப்பொழுதும் தரையில் கிடந்தார். ஜீப்பும் கிடந்தது. மலை உச்சியிலிருந்து விழுந்த பாறாங்கல்லின் சிதறிய பாகங்கள் சாலையில் கிடந்தன.

'பிரமாதம்! இதுபோன்ற புகைப்படங்களை நான் எப்பொழுதுமே பார்த்ததில்லை' என்று ஃபெலுடா மிகுந்த வியப்புடன் கூறினார்.

'எப்பொழுதும் இதுபோன்ற வாய்ப்பு கிடைப்பதில்லை' என்று சுரத்தின்றி பதிலளித்தார் ஹெல்மட்.

'இந்தப் புகைப்படங்களை எடுத்த பிறகு நீங்கள் என்ன செய்தீர்கள்?'

'ஜீப் விழுந்து கிடந்த இடத்துக்கு நான் நடந்து வருவதற் குள்ளேயே திரு. ஷெல்வான்கர் மருத்துவமனைக்கு எடுத்துச் செல்லப்பட்டிருந்தார். உடைந்து கிடந்த பாறாங்கல் துண்டு களையும் ஜீப்பையும்தான் என்னால் பார்க்க முடிந்தது. அதன்பிறகு நான் நடந்தே கேங்டாக் வந்து சேர்ந்தேன். நான் கேங்டாக்கில் அடியெடுத்து வைத்த நிமிடத்திலேயே இந்த விபத்தைப் பற்றி கேள்விப்பட்டேன். பிறகு, திரு. ஷெல்வான்கர் எடுத்துச் செல்லப்பட்ட மருத்துவமனைக்குச் சென்றேன். நான் அங்கு போய்ச் சேர்ந்த பிறகும் ஓரிரு மணி நேரம் அவர் உயிரோடுதான் இருந்தார்.'

'இந்தப் புகைப்படங்கள் பற்றி நீங்கள் யாரிடமாவது சொன்னீர்களா?'

'இல்லை; அதில் எந்த லாபமும் இல்லை. குறைந்தது அதைப் பிரிண்ட் எடுத்து ஆதாரமாகப் பயன்படுத்த முடியும் என்பது நிச்சயமாகும் வரையிலாவது அது இயலாது. அது விபத்து இல்லை படுகொலைதான் என்று எனக்குத் தெரியும். நான் கொஞ்சம் கூடவே கேமராவை நெருக்கியிருந்தால். அந்தக் கொலைகாரனின் முகமும் புகைப்படத்தில் தெளிவாக வந்திருக்கக்கூடும்.'

ஃபெலுடா, ஒரு பூதக் கண்ணாடியை எடுத்து அந்தப் புகைப் படங்களை மீண்டும் ஆராயத் தொடங்கினார். 'ஒருவேளை இந்தச் சிவப்பு உடை அணிந்த ஆள் விரேந்திராவாக இருக்குமோ?' என்றார் அவர்.

'நிச்சயமாக இருக்காது என்று ஹெல்மட் உறுதியாகக் கூறினார். அவரது குரலில் இருந்த உறுதி எங்கள் இருவரையுமே வியப்பில் ஆழ்த்தியது.

'ஏன், எப்படி அவ்வளவு உறுதியாகச் சொல் கிறீர்கள்?'

'ஏனென்றால், நான்தான் விரேந்திரா ஷெல்வான்கர்.'

'என்ன?' முதல்முறையாக ஃபெலுடாவின் விழிகள் அகலத் திறந்துகொண்டதை நான் பார்த்தேன்.

'நீங்கள் என்ன சொல்கிறீர்கள்? நீங்கள் எப்படி விரேந்திராவாக இருக்கமுடியும்? நீங்கள் வெள்ளைக்காரர். உங்கள் கண்கள் நீல நிறத்தில் உள்ளன. நீங்கள் ஜெர்மன் உச்சரிப்புடன் ஆங்கிலம் பேசுகிறீர்கள். உங்கள் பெயர் கூட...'

'தயவுசெய்து என்னை விளக்கம் அளிக்க விடுங்கள். உங்களுக்குத் தெரியும், என் தந்தை இரண்டு முறை திருமணம் செய்து கொண்டவர். என் அம்மாதான் அவரது முதல் மனைவி. அம்மா ஜெர்மன் தேசத்தவர். என் தந்தை மாணவராக இருந்தபோது, இருவரும் ஹைடல் பர்க் என்ற நகரத்தில் சந்தித்துக் கொண்டார் கள். அப்போதுதான் அவர்கள் திருமணம் செய்துகொண்டார்கள். என் தாயின் குடும்பப் பெயர் உங்கர். நான் இந்தியாவை விட்டு வெளியேறி, ஜெர்மனியில் குடியேறியபோது அந்தப் பெயரைத்தான் பயன்படுத்தத் தொடங்கினேன். எனது முதல் பெயரையும் விரேந்திரா என்பதிலிருந்து ஹெல்மட் என்று மாற்றிக் கொண்டேன்.'

எனக்குத் தலை சுற்றத் தொடங்கியது. ஹெல்மட்தான் ஷெல் வான்கரின் மகனா? அவரது தாய் ஜெர்மன் நாட்டவராக இருந்தால் இந்தத் தோற்றம் இயற்கையானதுதான்.

சிறிது நேரத்துக்குப் பிறகு ஃபெலுடா கேட்டார்: 'நீங்கள் ஏன் வீட்டைவிட்டுப் போனீர்கள்?'

'என் தாய் இறந்து ஐந்து ஆண்டுகளுக்குப் பிறகு என் தந்தை மறுமணம் செய்துகொண்டார். அதை என்னால் ஏற்றுக் கொள்ளவே முடியவில்லை. என் தாயை நான் மிகவும் நேசித்தேன். என் தந்தையைப் பற்றி அக்கறைப்படவில்லை என்று இதற்குப் பொருளல்ல. ஆனாலும், அவர் மறுமணம் செய்துகொண்ட பிறகு, அவரை நான் வெறுக்கத் தொடங்கினேன். இறுதியில் வீட்டைவிட்டு வெளியேறுவதன் மூலம்தான் என் பிரச்னைகளைத் தீர்க்கமுடியும் என்று நினைத்தேன். தனியாக ஐரோப்பாவுக்கு பயணம் செய்து ஒரு புதிய வாழ்க்கையைத் தொடங்குவது ஒன்றும் சாதாரண விஷயமல்ல. சுமார் எட்டு ஆண்டுகள் ஊர்விட்டு ஊர், ஒரு வேலையில் இருந்து இன்னொரு வேலை என்று அலைந்தேன். பின்புதான் நான் புகைப்படக் கலையைக் கற்றுக்கொண்டேன். ஒருவழியாக சம்பாதிக்கவும் தொடங்கினேன். ஃப்ளாரன்ஸில் இருந்தபோது, என் தந்தையின் நண்பர் ஒருவர் என்னை அடையாளம் கண்டுகொண்டார். அவர் திரும்பி வந்து என் தந்தையிடம் சொல்லிவிட்டார். அதன்பிறகுதான் அவர் ஒரு துப்பறியும் நிறுவனத்தை அணுகி என்னைக் கண்டுபிடிக்கச் சொன்னார். எனக்கு இந்த விஷயம் தெரிந்தபோது, நான் தாடியை வளர்த்துக்கொண்டு, என் கண்களின் நிறத்தையும் மாற்றிக் கொண்டேன்.'

'கான்டாக்ட் லென்ஸா?'

ஹெல்மட் சிரித்துக்கொண்டே தன் கண்களிலிருந்து லென்ஸைக் கழற்றினார். என்னுடையதைப் போன்றே அவரது உண்மையான கண்களும் பழுப்பு நிறத்தில்தான் இருந்தன. பிறகு, மீண்டும் லென்ஸை அணிந்துகொண்டு அவர் தொடர்ந்தார். 'ஓராண்டுக்கு முன்னால் ஹிப்பிக்கள் கூட்டம் ஒன்றுடன் நான் இந்தியா திரும்பினேன். இந்த நாட்டை நேசிப்பதை நான் நிறுத்தி விடவில்லை. இருந்தாலும், அந்தத் துப்பறியும் நிறுவனம் இன்னமும்கூட என்னைத் தேடிக் கொண்டிருப்பதை நான் உணர்ந்தேன். காத்மாண்டுவில் உள்ள புத்த மடாலயம் ஒன்றுக்கு நான் போயிருந்தேன். அங்கும்கூட ஒருவர் என்னை அடையாளம் கண்டுகொண்ட நிலையில்தான் நான் சிக்கிம் வந்தேன்.'

'உங்களைப் பார்த்ததும் உங்கள் தந்தை மகிழ்ச்சியடைய வில்லையா?'

'என்னை அவரால் கண்டுபிடிக்கவே முடியவில்லை. கடைசியாக அவர் என்னைப் பார்த்ததற்குப் பிறகு நான் மிகவும் இளைத்துப் போயிருந்தேன். மேலும் எனது நீண்ட முடி, தாடி, நீலநிறக் கண்கள் இவை அனைத்துமே அவரது சொந்த மகனை அடையாளம் காணமுடியாமல் தடுத்திருக்கும் என்று நினைக்கிறேன். அவர் என்னிடம் விரேந்திராவைப் பற்றியும், அவனை இழந்து தவிப்பது பற்றியும் கூறியிருக்கிறார். இதற்குள் என் தந்தையின் மீது எனக்கிருந்த வெறுப்பையும் நான் மறந்து விட்டிருந்தேன். எங்கள் இருவருக்கும் இடையில் நடந்தவை எல்லாம் கடந்த கால சம்பவங்கள்தான். இருந்தாலும், அவரால் என்னை அடையாளம் காண முடியாதபோது, நான் யாரென்று அவரிடம் வெளிப்படுத்திக் கொள்ளவில்லை. நான் அவரிடம் கூறியிருந்திருக்கலாம். அதற்கான வாய்ப்பு எனக்குக் கிடைக்கவில்லை.'

'யார் கொலைகாரனாக இருக்கக்கூடும் என்பதில் உங்களுக்கு எதாவது கருத்து இருக்கிறதா?'

'நான் வெளிப்படையாகப் பேசலாம் அல்லவா?'

'நிச்சயமாக.'

'டாக்டர் வைத்யாவை தப்பவிடக் கூடாது என்றுதான் நான் நினைக்கிறேன்.'

ஃபெலுடா குரலைத் தாழ்த்திக்கொண்டு, 'நான் உங்கள் கருத்தை ஒப்புக்கொள்கிறேன்' என்றார். 'அன்று மாலை என்னுடைய அறையில்

அவர் விரேந்திராவின் பெயரைக் கூறிய நிமிடத்தில் இருந்தே நான் அவரை சந்தேகிக்கத் தொடங்கி விட்டேன். நான்தான் விரேந்திரா என்பது அவருக்குத் தெரியாது. அவர் ஒரு முதல்தர மோசடிப் பேர்வழி; அவர்தான் அந்தச் சிலையையும்கூட எடுத்திருக்க வேண்டும்.'

'ஷெல்வான்கர், அன்று காலையில் வெளியே கிளம்பியபோது தனியாகத்தான் சென்றாரா?'

'எனக்குத் தெரியாது. நான் அதற்கு முன்பே புறப்பட்டுவிட்டேன். ஒருவேளை டாக்டர் வைத்யா வழியில் அவரைப் பார்த்து, வண்டியில் ஏறிக் கொண்டிருக்கலாம். இயல்பாகவே அந்த நிலையில் அவரை சந்தேகிக்க என் தந்தைக்கு எந்தக் காரணமும் இல்லை. எப்படி இருந்தாலும் அவர் பழகுவதற்கு மிகவும் எளிமையானவர்; எல்லோரையும் நம்பிவிடும் குணமுள்ளவர்.'

ஃபெலுடா எழுந்து நடக்கத் தொடங்கினார். பிறகு திடுக்கென்று நின்றுகொண்டு கேட்டார்: 'எங்களுடன் பெமியாங்சி வருவதற்கு விரும்புகிறீர்களா?'

'ஆமாம். என் தந்தையைக் கொன்றவனைப் பிடிப்பதற்கு நான் எங்கு வேண்டுமானாலும் வரத் தயாராக இருக்கிறேன்.'

'அது எவ்வளவு தூரத்தில் இருக்கிறது என்று உங்களுக்குத் தெரியுமா?'

'இங்கிருந்து சுமார் நூறு மைல் தூரம் இருக்கும். சாலை நன்றாக இருந்தால் ஆறு மணி நேரத்துக்குள் நாம் அங்கு போய் சேர்ந்து விடலாம். எவ்வளவு விரைவாக முடியுமோ, அவ்வளவு விரைவில் நாம் புறப்படுவது நல்லது என்று நினைக்கிறேன்.'

'ஆமாம். நீங்கள் சொல்வது சரிதான். நான் ஜீப் ஒன்றைத் தேடுகிறேன்.'

'பெமியாங்சியில் உள்ள பயணியர் பங்களாவில் அறைகளுக்கு நான் ஏற்பாடு செய்துவிடுகிறேன். மேலும்' ஹெல்மட் கதவு அருகில் போய் நின்று திரும்பிப் பார்த்து சொன்னார்: 'அதுபோன்ற அபாயகரமான மனிதனிடம் ஆயுதம் இருக்கும். என்னிடம் கேமராவுக்கான ஃப்ளாஷ் கன்னைத் தவிர வேறெதுவும் இல்லை. உங்களிடம்'

ஃபெலுடா, எதுவும் பேசாமல் தனது பெட்டிக்குள் கையை விட்டு அவரது துப்பாக்கியை வெளியே எடுத்தார். பின்பு, ஹெல்மட்டிடம் அவரது விசிட்டிங் கார்ட் ஒன்றையும் எடுத்து நீட்டினார். அதில் 'பிரதோஷ் சந்திர மித்தர் தனியார் துப்பறியும் நிபுணர்' என்று எழுதியிருந்தது.

துரதிருஷ்டவசமாக அன்றைக்கு ஒரு ஜீப் கூட எங்களுக்குக் கிடைக்கவில்லை. ஊரில் இருந்த ஒருசில ஜீப்களும்கூட, ரும்டெக் செல்வதற்காக வந்திருந்த அமெரிக்க சுற்றுலாப் பயணிகளால் வாடகைக்கு எடுக்கப்பட்டிருந்தது. அடுத்த நாள் காலையில் செல்வதற்கு ஒரு ஜீப் ஏற்பாடு செய்துவிட்டு, மீதி நேரத்தை கேங்டாக் தெருக்களை சுற்றிப் பார்ப்பதில் செலவழித்தோம்.

கடைத்தெருவில் சர்க்காரை சந்தித்தோம். 'நாளை நாங்கள் பெமியாங்சி போகப்போகிறோம். எங்களுடன் வர விருப்பமா?' என்று கேட்டார் ஃபெலுடா.

'ஓ! நிச்சயமாக. நன்றி!'

அன்று மாலை விசித்திரமான ஒரு பொருளை எடுத்துக்கொண்டு அவர் எங்கள் அறைக்கு வந்தார். ஒரு கொம்பின் கடைசிப் பகுதியில் ஒரு சிறிய வெள்ளை பொட்டலம் கட்டப்பட்டு இருந்தது. 'இது என்னவென்று உங்களால் கண்டுபிடிக்க முடியாது என்கிறேன்' என சிரித்தவாறே கூறினார் அவர். 'உண்மையில்

இது அட்டைகளை விரட்டுவதற்காகப் பயன்படுவது. இந்தச் சிறிய பொட்டலத்தில் உப்பும் புகையிலையும் இருக்கிறது. அட்டை உங்கள் கால்களைப் பிடித்துக் கொண்டால், இந்தக் கொம்பைக் கொண்டு ஒருமுறை தேய்த்துவிட்டால் போதும். அட்டை கீழே விழுந்து விடும்.'

'ஆனால் கடினமானத் தோலால் ஆன காலணிகள், நைலான் சாக்ஸ் ஆகியவற்றையும் மீறி எப்படி அட்டைத் தாக்குகிறது?'

'எனக்குத் தெரியாது. எவ்வளவு தடிமனான உடைகளையும் தாண்டி அட்டை வந்துவிடுவதை நான் பார்த்திருக்கிறேன். வேடிக்கையான விஷயம் என்னவென்றால், இந்த அட்டைகளுக்கு பார்வைத் திறன் கிடையாது. உதாரணமாக, வரிசையாக மக்கள் நடந்து செல்கிறார்கள் என்றால் அந்த வரிசையின் முதல் நபரை அட்டை தாக்காது. அவரது நடையின் அதிர்வு களை மட்டுமே அதனால் உணரமுடியும். இரண்டாவது மனிதன் கடக்கும்போது தாக்குவதற்கு தயாராகிவிடும். மூன்றாவது மனிதனைப் பொறுத்தவரையில் அட்டையிடம் இருந்து அவனால் தப்பிக்கவே முடியாது. அவனை அட்டை நிச்சயமாகக் கடித்துவிடும்.'

அடுத்த நாள் எங்களுடன் இதேபோன்ற கொம்புகளை எடுத்துச் செல்வது என்று தீர்மானித்தோம்.

'நாளை மறுநாள் புத்த பௌர்ணமி' என்று நாங்கள் படுக்கைக்குப் போகும்போது, ஃபெலுடா சொன்னார்: 'இங்கே பெரிய திருவிழாவே நடக்கும்.'

'நம்மால் அதைப் பார்க்க முடியுமா?'

'எனக்குத் தெரியாது. என்றாலும், திரு. ஷெல்வான்கரை கொன்றவனை மட்டும் நம்மால் பிடித்துவிட முடிந்தால், நாம் பார்க்கத் தவறியது எதுவாக இருந்தாலும் அதனால் நஷ்டம் ஒன்றும் இல்லை.'

அன்று இரவு வானம் மிகத்தெளிவாக இருந்தது. கிட்டத்தட்ட முழுமை அடைந்திருந்த நிலவையே நான் நீண்ட நேரம் பார்த்துக் கொண்டிருந்தேன். அந்த நிலவொளியில் கன்ஜன்ஜூங்கா பிரகாசித்துக் கொண்டிருந்தது.

அடுத்த நாள் அதிகாலை ஐந்து மணிக்கே, அவசியமான சில பொருள்களை மட்டும் எடுத்துக் கொண்டு, நாங்கள் நால்வரும் பெமியாங்சியை நோக்கிப் புறப்பட்டோம். 'அட்டை விரட்டும்' கொம்புகளை எடுத்து வர சர்க்கார் மறக்கவில்லை.

பதினொன்று

பெமியாங்சி செல்ல இரண்டு வழிகள் இருந்தன. துரதிருஷ்ட வசமாக முக்கிய சாலை பழுதடைந்திருந்ததால், எங்களால் குறுக்கு வழியில் செல்ல முடியவில்லை. நேர்வழியில் பயணத்துக்குக் குறைந்தது எட்டுமணி நேரமாவது ஆகும். அதைத் தவிர்க்க முடியாது. பெமியாங்சி இங்கிருந்து நூற்று இருபத்தேழு மைல் தூரத்தில் இருந்தது. ஹோட்டலில் மதிய உணவு பொட்டலங்களைக் கட்டிக் கொடுத்திருந்தார்கள். கூடவே இரண்டு ஃப்ளாஸ்க்கும் இருந்தது. ஒன்றில் சூடான காபி; மற்றொன்றில் தண்ணீர். எனவே, வழியில் சாப்பிடுவதற்காக நிறுத்த வேண்டிய தேவை ஏற்படவில்லை. இல்லையென்றால், அதற்கே நிறைய நேரம் செலவாகி இருக்கும்.

ஹெல்மட் ஒரே ஒரு கேமராவை மட்டும்தான் எடுத்து வந்தார். திரு. சர்க்கார் 'அட்டை விரட்டி' கொம்புகள் இரண்டை வைத்திருந்தார். 'எதற்கு வீணாக ரிஸ்க் எடுக்கவேண்டும்? இது நூறு சதவிகித பாதுகாப்பு' என்றார் அவர்.

'நூறு சதவிகிதமா! ஒருவேளை மரத்திலிருந்து நேராக உங்கள் தலையில் வந்து விழுந்தால் என்ன செய்வீர்களாம்?'

'இல்லை; அந்த மாதிரி நடக்காது. ஜூலை ஆகஸ்ட் போன்ற மழைக்காலங்களில்தான் அப்படி நடக்கக்கூடும். இந்தப் பருவத்தில் அட்டைகள் பூமியில்தான் இருக்கும்.'

கொலையாளியைப் பிடிக்கத்தான் நாங்கள் போகிறோம் என்பது சர்க்காருக்குத் தெரியாது. எனவே, அவர் மிகவும் மகிழ்ச்சியாகவும் கவலையற்றும் இருந்தார்.

ஆறேகால் மணி அளவில் நாங்கள் சிந்தாம் வந்து சேர்ந்தோம். நாங்கள் கேண்டாக்குக்குச் சென்றபொழுது இந்த ஊரைக்

கடந்துதான் சென்றோம். இடதுபுறம் திரும்பியபோது மீண்டும் டீஸ்டா நதியைப் பார்க்க நேர்ந்தது. அதைக் கடந்து, எங்கள் யாருக்குமே தெரியாத ஒரு சாலையில் சென்று கொண்டிருந்தோம். இந்தச் சாலைதான் நேராக பெமியாங்சி செல்வதாகும். நாங்கள் பயணம் செய்து கொண்டிருந்த ஜீப் புத்தம் புதியது அல்ல; என்றாலும், நல்ல நிலையில்தான் இருந்தது. அதன் டிரைவர் மேற்கத்திய திரைப்படங்களில் வரும் கொள்ளைக்காரனைப் போலத் தெரிந்தார். அவர் போட்டிருந்த அனைத்துமே கறுப்புதான். கால்சட்டை, மேல்சட்டை, அதன்மேலே போட்டிருந்த தோலால் ஆன சட்டை என அனைத்துமே கறுப்புதான். ஏன் அவர் தலையில் அணிந்திருந்த தொப்பியும்கூட கிட்டத்தட்ட கறுப்பு நிறத்தில்தான் இருந்தது. அவர் நேபாளி என்று கூறிவிட முடியாது. உயரமாகத்தான் இருந்தார். எனவே, எந்தப் பகுதியிலிருந்து வந்தவர் என்பதை என்னால் ஊகிக்க முடியவில்லை. ஃபெலுடா அவர் பெயரைக் கேட்டார். 'தொண்டுப்' என்று அவர் பதிலளித்தார்.

எல்லாம் தெரிந்த ஒரு தோரணையுடன் திரு. சர்க்கார், 'அது ஒரு திபெத்திய பெயர்' என்றார்.

சுமார் இருபது நிமிடங்கள் மௌனமாகவே நாங்கள் பயணம் செய்தோம். பெமியாங்சி செல்லும் வழியில் அடுத்து வரவிருந்த ஊரின் பெயர் நாம்சி. அதை நாங்கள் நெருங்கிக் கொண்டிருந்த போதுதான், எங்களுக்குப் பின்னால் வந்து கொண்டிருந்த ஜீப் ஹார்ன் சத்தமாக ஒலிக்கத் தொடங்கியது. ஆனால், தொண்டுப் அந்த வண்டிக்கு வழிவிடுவது போல் தோன்றவில்லை.

'அப்படி என்ன அவசரம்?' என்று கேட்டார் ஃபெலுடா.

'தெரியவில்லை சார். நாம் அதை முன்னால் போகவிட்டு விட்டால், அது கிளப்பிவிடும் தூசியை நம்மால் தாங்க முடியாது.'

தொண்டுப் வண்டியின் வேகத்தை அதிகப் படுத்தினார். இருந்தாலும், பின்னால் வந்து கொண்டிருந்த ஜீப்பிலிருந்து சத்தம் தொடர்ந்து ஒலித்துக் கொண்டிருந்தது. எரிச்சலுடன் திருசர்க்கார் பின்னால் திரும்பி யாரென்று பார்த்தார். பிறகு, அவர் வியப்புடன் சொன்னார்: 'இதோ பாருங்கள்! அதே நபர்தான்!'

'யார்?' என்று கேட்டுக்கொண்டே ஃபெலுடாவும் நானும் திரும்பினோம். எங்களுக்கு வியப்பேற்படுத்தும் வகையில், அப்பொழுதும் ஒலி எழுப்பிக்கொண்டே வந்த அந்த ஜீப்பில், திரு. போஸ் எங்களை நோக்கி கையாட்டிக் கொண்டிருந்தார்.

'தொண்டுப்ஜி, கொஞ்சம் வண்டியை நிறுத்தவேண்டும். அது எங்கள் நண்பர்' என்றார் ஃபெலுடா.

சாலையின் ஓரமாக வண்டியை நிறுத்தினார் தொண்டுப். அந்த ஜீப்பில் இருந்து எகிறிக் குதித்து திரு போஸ் வெளியே வந்தார். 'உங்கள் எல்லோருக்கும் காது செவிடா என்ன? என்று கேட்டார் திரு போஸ். 'சிந்தாம் நகரில் நானும் கரடியாய் கத்திப் பார்த்தேன். உங்கள் யாருக்குமே கேட்கவில்லை போலிருக்கிறதே என்றார் அவர்.

'மன்னித்துக் கொள்ளுங்கள் திரு. போஸ். நீங்கள் மட்டும் திரும்பி வந்திருப்பீர்கள் என்று தெரிந்திருந்தால் உங்களை விட்டுவிட்டு வந்திருக்கவே மாட்டோம்' என்று ஃபெலுடா அவரிடம் மன்னிப்பு கேட்டார்.

'உங்கள் தந்தி கிடைத்த பிறகு என்னால் பம்பாயில் இருக்கவே முடியவில்லை. ரொம்ப தூரம் உங்கள் ஜீப்பை பின்தொடர்ந்து வந்து கொண்டிருக்கிறேன்.'

தூசியைப் பற்றி தொண்டுப் சொன்னது மிகவும் சரியாகத்தான் இருந்தது. விபூதியை பூசிக்கொண்ட சாமியாரைப் போல தலை முதல் கால் வரை தூசியுடன் காட்சியளித்தார் திரு. போஸ். சந்தேகத்துக்கு இடமின்றி அந்த தூசியைக் கிளப்பிவிட்டது எங்கள் ஜீப்தான்.

'எதையோ சந்தேகப்படுகிறீர்கள் என்று உங்கள் தந்தியில் கூறியிருந்தீர்கள். இப்பொழுது எங்கே போகிறீர்கள்? ஏன் கேங்டாக்கை விட்டு வெளியே வந்தீர்கள்?'

அவருக்கு நேரடியாக பதில் சொல்லுவதற்கு மாறாக, 'உங்க ளிடம் நிறைய சாமான்கள் இருக்கிறதா?' என்று கேட்டார் ஃபெலுடா.

'இல்லை, ஒரே ஒரு சூட்கேஸ்தான்.'

'அப்படியானால் எங்கள் சாமான்களை எல்லாம் உங்கள் ஜீப்புக்கு மாற்றிவிடலாம். நீங்கள் எங்களோடு வந்துவிடுங்கள். எல்லா விவரங்களையும் பிறகு சொல்கிறேன்.'

எங்கள் சமான்களை எல்லாம் மாற்றுவதற்கு ஒரு சில நிமிடங்களே பிடித்தது. திரு. போஸ், ஹெல்மட் மற்றும் திரு.சர்க்காருடன் பின்பக்கம் அமர்ந்துகொண்டார். நாங்கள் மீண்டும் பயணத்தைத் தொடர்ந்தோம்.

கடந்த இரண்டு நாள்களில் என்ன நடந்தது என்று ஃபெலுடா சுருக்கமாக அவரிடம் கூறினார். ஹெல்மட்தான்,

திருஷெல்வான்கரின் மகன் என்பதையும்கூட கூறினார். ஃபெலுடா அதைச் சொன்னபோது திரு. போஸின் முகத்தில் சுருக்கம் தெரிந்தது. 'அதுசரி, யார் இந்த டாக்டர் வைத்யா? அந்த ஆள் ஒரு மோசடிப் பேர்வழி போல்தான் தெரிகிறது. அவரை நீங்கள் தப்ப விட்டிருக்கக்கூடாது மிஸ்டர் மித்தர். நீங்கள்...'

ஃபெலுடா அவரை இடைமறித்தார். 'ஹெல்மட்டின் உண்மை யான அடையாளம் தெரிந்த பிறகுதான் அவர்மேல் இருந்த சந்தேகம் நீங்கியது. நீங்களும்கூட ஒருவிதத்தில் அதற்குக் காரணம்தான் மிஸ்டர் போஸ். உங்கள் கூட்டாளியின் முதல் மனைவி ஒரு ஜெர்மன் நாட்டவர் என்று நீங்கள் சொல்லியிருக்க வேண்டும்.'

'அது தேவைப்படும் என்று எனக்கு எப்படித் தெரியும்? மேலும், அவரது மனைவி ஒரு வெளிநாட்டவர் என்றுதான் எனக்குத் தெரியும்; அவர் எந்த நாட்டைச் சேர்ந்தவர் என்று தெரியாது. ஷெல்வான்கர் அவரை இருபத்தைந்து ஆண்டுகளுக்கு முன்னால் திருமணம் செய்துகொண்டார். எப்படியிருந்தாலும் வைத்யா, பெமியாங்சியில் இருந்து கிளம்பிப் போயிருக்க மாட்டார் என்றே நம்புகிறேன். இல்லையென்றால் நமது பயணம் முழுவதுமே வீணாகிவிடும்!'

மணி பத்தடித்து சிறிது நேரம் கழித்து நாங்கள் நாம்சி வந்தடைந்தோம். இங்கே ஒரு சில நிமிடங்கள் நின்றோம். இன்ஜினுக்குக் குளிர்ந்த நீரையும் எங்களுக்கு சூடான காபியையும் ஊற்றிக்கொண்டோம். வானத்தில் மேகங்கள் கவியத் தொடங்கி யிருந்தன. இருந் தாலும், நான் வீணாகக் கவலைப்படவில்லை. ஏனென்றால் சிக்கிமிலேயே மிகவும் வறண்ட, அதேநேரத்தில் மிகவும் தூய்மையான பகுதி என நாம்சி கருதப்படுகிறது. ஹெல்மட் புகைப்படம் எடுத்துக் கொண்டிருந்தார். மிகுந்த ஆர்வத்துடன் என்று சொல்லிவிட முடியாது; பழக்க தோஷத்தில் என்றே சொல்லலாம். நாங்கள் கிளம்பியதில் இருந்து அவர் எதுவுமே பேசவில்லை.

நாங்கள் பெமியாங்சி செல்வதற்கான உண்மைக் காரணத்தைத் தெரிந்துகொண்ட நிலையில், இப்பொழுது மிஸ்டர் சர்க்கார் கொஞ்சம் தயக்கத்துடன் இருப்பதாகத் தோன்றியது. இருந்தாலும், தீரச்செயல் ஒன்றுக்கான வாய்ப்பு இருக்கிறது என்பது கொஞ்சம் கவர்ச்சிகர மாகத்தான் அவருக்கு இருந்திருக்க வேண்டும். 'உன் அண்ணன் ஒரு பக்கத்திலும், ஜெர்மன் விரேந்திரா மறுபக்கத்திலும்

இருக்கும்போது நான் கவலைப்பட வேண்டிய அவசியமில்லை' என்று அவர் என்னிடம் சொன்னார்.

பத்து நிமிடங்களுக்குப் பிறகு நாங்கள் நாம்சியை விட்டுக் கிளம்பினோம். இங்கிருந்து சாலை கீழ்நோக்கி, ரங்கீத் என்றழைக்கப்படும் மற்றொரு நதியை நோக்கிச் சென்றது. இந்த ஆறு டீஸ்டா நதியிலிருந்து முற்றிலும் மாறுபட்டதாக இருந்தது. கொஞ்சம் பச்சை நிறம் கலந்து இருப்பினும் அதன் தண்ணீர் தெளிவாகவே இருந்தது. தண்ணீர் மிகுந்த வேகத்துடன் ஓடிக்கொண்டிருந்தது. பாறைகளைத் தொடும் இடங்களில் தண்ணீர் நுரைத்துப் பொங்கி ஓடுவதைப் பார்த்தேன். மலைப்பகுதியில் இவ்வளவு அழகான நதியை நான் பார்த்ததே இல்லை. மற்றுமொரு பாலத்தை நாங்கள் கடக்க வேண்டியிருந்தது. பின்பு, மீண்டும் பெமியாங்சியை நோக்கி மலை ஏற்றம்தான். அது கடல்மட்டத்தி லிருந்து ஒன்பதாயிரம் அடி உயரத்தில் இருந்தது.

நாங்கள் மேலே ஏறிக்கொண்டிருக்கும்போதே எங்கு பார்த்தாலும் மலைச்சரிவு ஏற்பட்டதற்கான அறிகுறிகளைக் காணமுடிந்தது. மலையின் மேலிருந்த பச்சை போர்வைக்கு நடுவே ஆங்காங்கே பெரிய இடைவெளிகள் தெரிந்தன. மலையின் பெரிய பெரிய துண்டுகள் நிச்சயமாகச் சரிந்து ஆற்றை நோக்கி விழுந் திருக்கும். இந்த 'இளம் மலை'களினால் ஏற்பட்ட சேதத்தைச் சரிசெய்வதற்கு இயற்கைக்கு இன்னும் எவ்வளவு காலம் ஆகும் என்று யாருக்குத் தெரியும்!

ஒரு பௌத்த கோயிலை நாங்கள் கடந்து சென்றோம். தீய ஆவிகளை விரட்டுவதற்காக மெல்லியக் கயிற்றில் கட்டப்பட்ட எண்ணற்ற துணிக் கொடிகள் அதன் நுழைவாயிலில் பறந்து கொண்டிருப்பதைப் பார்த்தேன். அவை ஒவ்வொன்றுமே சுத்தமாகவும் புதிதாகவும் இருந்தன. 'புத்த பௌர்ணமிக்கான தயாரிப்புகள்' என்று விளக்கினார் திரு. போஸ்.

'என்றைக்கு?' என்று ஏதோ நினைவுடன் கேட்டார் ஃபெலுடா.

'எது, புத்த பௌர்ணமியா? நாளைக்கு என்றுதான் நினைக் கிறேன். ஏப்ரல் 17.'

'ஏப்ரல் 17. இந்திய பஞ்சாங்கத்தின்படி விசாக மாதம் 4ஆம் தேதியாக இருக்கும். உம்ம்... விசாக...'

வியப்புடன் நான் ஃபெலுடாவை பார்த்தேன். ஏன் திடீரென்று அவர் தேதிகளைப் பற்றி கவலைப்படுகிறார்? ஏன் அவர்

கவலையோடு இருப்பதாகத் தோன்றுகிறது? ஏன் அவர் தன் கைகளை நெட்டி முறிக்கிறார்.

இந்தக் கேள்விகளை அவரிடம் கேட்பதற்கான வாய்ப்பு எனக்கு இல்லை. எங்கள் ஜீப் இப்பொழுது ஒரு காட்டுக்குள் நுழைந்தது. அந்தச் சாலை சமீபத்திய மழையால் பெரிதும் சேதம் அடைந்திருந்தது. மிகுந்த கவனத்துடன் வண்டியை மெதுவாக நகர்த்திக்கொண்டு சென்றார் தொண்டுப். அப்படியிருந்த போதும் ஒருசில இடங்களில் பள்ளத்தில் ஏறி இறங்க வேண்டியிருந்தது. ஒரு முறை வண்டி ஏறி இறங்கும்போது திரு. சர்க்காரின் தலை, ஜீப்பின் மேல்கூரையில் இடித்தது. 'நரகம்தான்!' என்று அவர் முணுமுணுத்ததை நான் கேட்டேன்.

காடு மேலும், மேலும் அடர்த்தியாகிக் கொண்டே போனது. மெல்லிய உடலும் பச்சை இலைகளும் கொண்டு உயரமாக வளர்ந்திருந்த ஒரு மரத்தை சுட்டிக்காட்டி ஹெல்மட் சொன்னார்: 'இதுதான் ஊசியிலை மரம். நீங்கள் இங்கிலாந்துக்குச் சென்றால் இவற்றை ஏராளமாகக் காணலாம்.' இரண்டு பக்கமும் மரங்கள் இருந்தன. சாலையோ பாம்பைப் போல் வளைந்து, வளைந்து சென்று கொண்டிருந்தது. காட்டுக்குள் இருட்டாக இருந்தது மட்டுமின்றி ஒருவித இறுக்கமான ஈரப்பதமும் அதிகமாக இருந்தது. எங்கிருந்தோ விசித்திரமான பறவை ஒன்றின் ஒலியும் கேட்டது.

'ரம்மியமாகத்தான் இருக்கிறது, இல்லையா?' என்றார் திரு. சர்க்கார். திடீரென்று எந்த முன்னறிவிப்புமின்றி மரங்கள் மறையத் தொடங்கியிருந்தன. மேகம் சூழ்ந்த வானத்தின் கீழே ஒரு சிறிய குன்றின் முன்பு நாங்கள் இருந்தோம். ஒருசில நொடிகளுக்குப் பிறகு ஒரு பங்களாவின் கூரை ஓடுகள் கண்ணில் தென் பட்டது. தொடர்ந்து அந்த பங்களா முழுவதுமே தெரிந்தது.

இதுதான் பெமியாங்சியின் புகழ்பெற்ற பயணியர் பங்களா. பிரிட்டிஷ்காரர்களின் காலத்தில் கட்டப் பட்டிருந்த அந்த பங்களா இருந்த இடம், உண்மையிலேயே இந்த உலகத்தில்தான் இருக்கிறோமா என்று சந்தேகப்படும்படியாக இருந்தது. அந்த பங்களாவுக்குப் பின்புறத்தில் வரிசையாக மலைச் சிகரங்கள் தென்பட்டன. அவற்றின் நிறங்களோ அடர்ந்த பச்சையிலிருந்து தொடங்கி ஓரளவு வெளுத்த நீலம் வரை பல வகையாக இருந்தன.

அதன் முன்வாயிலில் சென்று எங்கள் ஜீப் நின்றது. காவலாளி வெளியே வந்தார். நாங்கள் யாரென்று சொன்னதும், அவர்

தலையை ஆட்டிக் கொண்டே எங்களுக்காக அறைகள் ஒதுக்கப் பட்டிருப்பதாகக் கூறினார்.

'வேறு யாராவது இங்கு தங்கி இருக்கிறார்களா?' என்று கேட்டார் திரு. போஸ்.

'இல்லை சார். பங்களா காலியாகத்தான் இருக்கிறது.'

'காலியாகவா, எங்களுக்கு முன்னால் வேறு யாரும் வரவில்லை?' என்று மிகுந்த ஆவலுடன் ஃபெலுடா கேட்டார்.

'ஆமாம். தாடியும் கறுப்புக் கண்ணாடியும் அணிந்திருந்த ஒருவர் வந்திருந்தார். ஆனால், நேற்றிரவு கிளம்பிப் போய்விட்டார்.'

பன்னிரண்டு

அந்தக் காவலாளியின் பதில் ஹெல்மட்டைத்தான் பெரிதும் அதிருப்திக்கு ஆளாக்கியிருக்க வேண்டும் என்று தோன்றியது. அவர் தன் கேமராவை பக்கத்தில் வைத்துவிட்டு வெளியே இருந்த புல்தரையில் அமர்ந்துகொண்டார்.

திரு.போஸ் சொன்னார்: 'நல்லது. உடனடியாக நாம் செய்யவேண்டியது எதுவும் இல்லை. நாம் சாப்பிடத் தொடங்கலாம். எனக்கு பசி உயிர் போகிறது.'

எங்களது பொருள்களை எடுத்துக்கொண்டு நாங்கள் பங்களாவின் உள்ளே சென்றோம். பல ஆண்டுகளுக்கு முன்னால் கட்டப்பட்டது அந்த பங்களா என்று நன்றாகவே தெரிந்தது. மரத்தால் ஆன தரைப்பகுதி, கூரைப்பகுதி, அகலமான வராந்தாக்கள், பழைய காலத்து நாற்காலிகள் ஆகிய அனைத்துமே கடந்துபோன ஒரு காலத்தின் எச்சங்களாகக் காணப்பட்டன. வராந்தாவில் இருந்து தென்பட்ட காட்சி மூச்சை நிறுத்திவிடும் போல் இருந்தது. வானம் மட்டும் மேகமூட்டத்துடன் இல்லாமல் இருந்தால், எங்களால் கன்ஜன்ஜங்காவை கண்டுகளிக்க முடிந்திருக்கும். அந்த இடத்திலிருந்து மலைச் சிகரம் வெறும் இருபத்தி இரண்டு மைல் தூரத்தில்தான் இருந்தது. பறவைகளின் 'கீரிச்' ஒலியைத் தவிர வேறு எந்தச் சத்தமும் கேட்கவில்லை.

நாங்கள் வராந்தாவைக் கடந்து சாப்பாட்டு கூடத்துக்குச் சென்றோம். அங்கு ஒரு சாய்வு நாற்காலி இருந்ததைப் பார்த்துவிட்டு, திரு. போஸ் அதில் அமர்ந்தார். பிறகு அவர் ஃபெலுடாவிடம் சொன்னார்: 'உங்கள் சந்தேகத்தை என்னிடம் சொன்னபோது, வைத்யாவைப் பற்றி எனக்கு உறுதியாக எதுவும் தெரியாது. ஆனால்,

இப்போது உறுதியாகிவிட்டது. அவர்தான் நாம் தேடும் மனிதர். ஷெல்வான்கர், அந்தச் சிலையைப் போன்ற மதிப்பிடற்கரிய பொருளை அவரிடம் காட்டி யிருக்கக் கூடாது.'

ஹெல்மட் இடத்தைவிட்டு எழுந்திருந்தாலும் எங்களோடு சேர்ந்துகொள்ளவில்லை. அவர் வெளியே இருந்த வராந்தாவில் அங்குமிங்குமாக நடப்பதை என்னால் பார்க்க முடிந்தது. திரு. சர்க்கார் உள்ளே சென்றார். ஒருவேளை குளியலறை எங்கிருக்கிறது என்று பார்த்திருக் கலாம். பங்களாவில் இருந்த இதர அறைகளை ஃபெலுடா ஆராய்ச்சி செய்யத் தொடங்கினார். நான் அமைதியாக சாப்பாட்டுக் கூடத்தில் அமர்ந்திருந்தேன். மிகவும் மனச்சோர்வுடன் இருந்தேன். எங்கள் பயணம் உண்மையிலேயே வீணாகிவிடப் போகிறதா என்ன?

கூடத்தின் ஒருபுறத்தில் இரண்டு கதவுகள் தெரிந்தன. இரண்டு அறைகளுக்கான கதவுகளாக அவை இருக்கக்கூடும். அவற்றில் ஒன்றிலிருந்து ஃபெலுடா வெளியே வந்தார். அப்பொழுது அவர் கையில் கைத்தடி ஒன்றும் இருந்தது. 'டாக்டர் வைத்யா நிச்சயமாக இந்த இடத்துக்கு வந்து போயிருக்கிறார். அதை நம்மிடம் தெரிவிக்க இந்தக் கைத்தடியையும் விட்டுவிட்டுப் போயிருக்கிறார். மிகவும் விசித்திரமாக இருக்கிறதே!' என்றார் ஃபெலுடா. அவரது குரல் முற்றிலும் வித்தியாசமாக இருந்தது. அவரை நான் ஏறிட்டுப் பார்த்தேன். இருந்தாலும், எதுவும் பேசவில்லை. கைக்குட்டையால் முகத்தைத் துடைத்துக்கொண்டே திரும்பி வந்த திரு. சர்க்கார், 'விசித்திரமான ஓர் இடம்தான்!' என்று சொல்லிக்கொண்டே என் பக்கத்தில் அமர்ந்து, சத்தத்துடன் கொட்டாவி விட்டார். ஃபெலுடா இன்னமும் அமரவில்லை. அவர் கணப்பு மேடைக்கு அருகே நின்றுகொண்டிருந்தார். கையில் இருந்த கைத்தடியை லேசாகத் தரையில் தட்டிக்கொண்டிருந்தார். அவர் உதடுகள் மிகவும் இறுக்கத்துடன் காணப்பட்டன.

திரு. போஸ் குரல் கொடுத்தார்: 'திரு. சர்க்கார், அந்த ஹோட்டலில் கொடுத்த சாப்பாட்டு பொட்டலங்கள் எங்கே இருக்கிறது? நாம் சாப்பிடத் தொடங்கலாம்.'

'இல்லை; சாப்பிடுவதற்கு இது நேரமல்ல!' என்றார் ஃபெலுடா. அவரது குரலில் கடுமை தெரிந்தது. தூரத்திலிருந்து வருவது போலவும் ஒலித்தது.

திரு. சர்க்கார் எழுந்திருக்க முயன்றார். ஃபெலுடாவின் வார்த்தைகளைக் கேட்டதும் அவர் மீண்டும் தனது நாற்காலியிலேயே

அமர்ந்துகொண்டார். திரு.போஸூம் நானும் ஃபெலுடாவை வியப்புடன் பார்த்தோம். ஃபெலுடாவின் முகத்தில் எந்த உணர்ச்சியும் இல்லை.

பிறகு அவர் உட்கார்ந்து, சார்மினார் பற்றவைத்துக் கொண்டு, புகையை ஆழமாக உள்ளே இழுத்தார். பின்பு சாதாரணமாகப் பேசுவதுபோல் அவர் ஆரம்பித்தார்: 'மிஸ்டர் போஸ், காட்ஷிலாவில் யாரோ உறவினர்கள் இருக்கிறார்கள் என்றுதானே சொன்னீர்கள்? அங்கி ருந்துதானே கல்கத்தாவுக்கு வந்து விமானத்தைப் பிடித்தீர்கள்?

'ஆமாம். என்னுடைய உறவினர் ஒருவருக்கு திருமணம் நடந்தது.'

'நீங்கள் ஓர் இந்துதானே, திரு. போஸ்?'

'ஏன், என்ன சொல்கிறீர்கள் நீங்கள்?'

'நான் கேட்டது உங்களுக்குப் புரிந்திருக்கும். நீங்கள் யார்? இந்துவா, முஸ்லிமா, கிறிஸ்தவரா அல்லது வேறெதாவதா?'

'அதற்கும் இதற்கும் என்ன?'

'சும்மா சொல்லுங்கள்.'

'நான் ஓர் இந்துதான்.'

'உம்…' ஃபெலுடா இரண்டு புகை வளையங்களை வெளியே விட்டார். அவற்றில் ஒன்று, மெதுவாகப் பெரிதாகிக்கொண்டே திரு. போஸை நோக்கி நகர்ந்து வந்து, அவரது முகத்தை எட்டுவதற்கு முன்னால் காற்றில் கரைந்துபோனது.

ஃபெலுடா முகத்தைச் சுருக்கிக்கொண்டே சொன்னார்: 'ஆனால், நீங்களும் நானும் ஒரே விமானத்தில் ஒன்றாகத்தான் பயணம் செய்தோம். காட்ஷிலாவில் இருந்து அப்போதுதான் திரும்பி வந்தீர்கள், இல்லையா?'

'ஆமாம். அதில் என்ன கவலை உங்களுக்கு? இது எதையும் என்னால் புரிந்துகொள்ள முடியவில்லை திரு. மித்தர். காட்ஷிலாவில் என் உறவினரின் திருமணத்துக்கும் இதற்கும் என்ன தொடர்பு?

'ஏராளமாகத் தொடர்பு இருக்கிறது மிஸ்டர் போஸ்! பாரம்பரிய மாகவே எந்த ஓர் வங்காளி இந்துவும் சைத்ர மாதத்தில் திருமணம் செய்துகொள்ள மாட்டார். நாம் கல்கத்தாவில் இருந்து ஏப்ரல் பதினான்காம் தேதி புறப்பட்டோம். அன்றுதான் பைஷாக் மாதத்தின் முதல் நாள். உங்கள் உறவினரின் திருமணம் அதற்கு

முன்பு நடந்தது என்றீர்கள். அதாவது, அதற்கு முந்தைய மாதமான சைத்ர மாதத்தில். எப்படி நடக்க அனுமதித்தீர்கள்?'

மிஸ்டர் போஸ், ஒரு சிகரெட்டைப் பற்றவைக்க இருந்த நேரம் அது. அவர் அதை அப்படியே நிறுத்திவிட்டார். அவரது கைகள் லேசாக நடுங்கின. 'நீங்கள் என்ன சொல்ல வருகிறீர்கள் மிஸ்டர் மித்தர்? என்னதான் சொல்கிறீர்கள், இப்பொழுது?'

ஃபெலுடா, உடனடியாக பதில் சொல்லாமல் அவரை நிதானமாக உற்று நோக்கினார். பிறகு மிகவும் மெதுவாகவும் தீர்மானமாகவும் சொன்னார்: 'நான் நிறைய விஷயங்களை வலி யுறுத்த விரும்புகிறேன் மிஸ்டர் போஸ். முதலில், நீங்கள் பொய் சொல்கிறீர்கள். நீங்கள் காட்ஷிலாவுக்கே போகவில்லை. இரண்டாவதாக, நீங்கள் நம்பிக்கை மோசம் செய்தீர்கள்.'

'இதற்கு என்னதான் பொருள்' என்று திரு. போஸ் கத்தினார்.

'ஷெல்வான்கர் இறப்பதற்கு முன்பாக எந்தளவுக்கு மனம் ஒடிந்து போயிருந்தார் என்பது நம் அனைவருக்குமே தெரியும். ஹெல்மட்டிடம்கூட அவர் அதைக் குறிப்பிட்டார். இருந்தாலும், அதற்கான காரணத்தைக் கூறவில்லை. முழுமையாக நம்பிய ஒருவரால் ஏமாற்றப்படும் போது, ஒருவர் மனமொடிந்து போவது மிகவும் சாதாரணமாக நடக்கக் கூடியதுதான். அந்த நபர் நீங்கள்தான் என்று நான் நம்புகிறேன். நீங்கள் அவரது கூட்டாளி இல்லையா? ஷெல்வான்கர் மிகவும் எளிமையான, நேரடியாக அணுகும் தன்மை கொண்ட மனிதர். அவரது இந்தப் போக்கைப் பயன்படுத்தி, நீங்கள் முடிவேயில்லாமல் ஏமாற்றி இருக்கிறீர்கள். ஆனால், ஒருநாள் நீங்கள் செய்ததெல்லாம் அவருக்குத் தெரிந்துவிட்டது. இது தெரிந்ததும் அவரை நிரந்தரமாக அகற்றிவிட முடிவு செய்தீர்கள். ஆனால், பம்பாயில் அது முடிகிற காரியமல்ல. எனவே, அவர் சிக்கிம் வருகிறவரை நீங்கள் காத்திருந்தீர்கள். நீங்கள் இங்கே வரவேண்டிய அவசியமே இல்லை. இருந்தாலும், அவர் வந்து சேர்ந்த அடுத்த நாளே நீங்களும் இங்கு வந்து சேர்ந்தீர்கள். அதுவும் மாறுவேடத்தில், டாக்டர் வைத்யாவாக. ஆமாம், நீங்கள்தான் டாக்டர் வைத்யாவாக நடித்தீர்கள். நீங்கள் ஷெல்வான்கரை சந்தித்து, உங்களுக்கு ஏற்கெனவே நன்கு தெரிந்திருந்த அவரது வாழ்க்கையின் ஒருசில விஷயங்களை எடுத்துக்கூறியதன் மூலம், அவரை பெருமளவுக்கு நம்பச் செய்தீர்கள். அதன் பிறகுதான் ஒரு பௌத்த கோயிலில் விரேந்தி ராவை கண்டுபிடிக்கும் வாய்ப்பு இருக்கிறது என்று

அவரிடம் சொன்னீர்கள். அன்று காலையில் அதே ஜீப்பில் நீங்களும் அவரோடு சென்றீர்கள். வழியில் வலுவான கட்டை ஒன்றால் அவர் தலையில் தாக்கினீர்கள். இந்தத் தாக்குதலில் அவர் நினைவிழந்தாரே தவிர சாகவில்லை. பிறகு, உங்கள் திட்டப்படியே செயல்பட்டீர்கள். அந்த ஜீப்பை பள்ளத்தில் தள்ளிவிட்டீர்கள். அந்த டிரைவருக்கு லஞ்சம் கொடுக்கப்பட்டது என்பதில் சந்தேகமில்லை. அது மிகவும் எளிதான விஷயம்தான். பிறகு, மலைமேல் இருந்து பாறையை உருட்டிவிட்டீர்கள். அதைக் கீழே தள்ளுவதற்கு அந்தக் கட்டையைத்தான் பயன்படுத்தினீர்கள். இவ்வளவு நடந்தபிறகும்கூட திரு. ஷெல்வான்கர் மேலும் சிலமணி நேரங்கள் உயிரோடு இருந்திருக்கிறார். அந்தச் சமயத்தில் உங்கள் பெயரையும் சொல்லியிருக்கிறார். கடைசி நிமிடத்தில் அவர் உங்களை அடையாளம் கண்டிருக்கக்கூடும்.'

'முட்டாள்தனம். ஏன் இப்படி உளறிக் கொட்டுகிறீர்கள் மிஸ்டர் மித்தர்? நான்தான் டாக்டர் வைத்யா என்பதற்கு என்ன ஆதாரம் இருக்கிறது உங்களிடம்?' என்று கத்தினார் மிஸ்டர் போஸ்.

இதற்கு பதிலாக மிகவும் விசித்திரமான ஒரு கேள்வியைக் கேட்டார் ஃபெலுடா: 'உங்கள் மோதிரம் எங்கே மிஸ்டர் போஸ்?'

'என் மோதிரமா?'

'ஆமாம். 'மா' என்று எழுதியிருக்குமே அதே மோதிரம்தான். உங்கள் விரலில் அந்த இடத்தில் வெள்ளையாக அடையாளம் கூட இருக்கிறது. ஆனால், அதை நீங்கள் அணிந்திருக்கவில்லை. அது எங்கே போனது?'

'ஓ அதுவா?' என்று போஸ் மென்று விழுங்கினார். 'ரொம்பவும் இறுக்கமாக இருக்கிறது என்று நான்தான் அதைக் கழற்றியிருந்தேன்' என்று கூறிவிட்டு தனது பாக்கெட்டில் இருந்து அதை எடுத்து, இன்னமும் அது தன்னிடம்தான் இருக்கிறது என்று எங்களிடம் காட்டினார்.

'உங்கள் ஒப்பனையையும் உடையையும் மாற்றிக்கொண்டபோது அந்த மோதிரத்தைப் போட்டுக் கொள்ள மறந்துவிட்டீர்கள். அன்று மாலை ஷெல்வான்கரின் ஆவியுடன் நீங்கள் பேசியதாக நாடகம் ஆடியபோதுதான் உங்கள் விரலில் அந்த அடையாளத்தை நான் கவனித்தேன். அப்போதே எனக்கு வித்தியாசமாகத் தோன்றியது. இருந்தாலும், அந்த நேரத்தில் அதில் நான் போதிய கவனம் செலுத்தவில்லை.'

போஸ் எழுந்திருக்க முயன்றார். ஆனால், ஃபெலுடாவின் குரல் உருக்குபோல் உறுதியுடன் மீண்டும் வெளிப்பட்டது. 'அசையாதீர்கள் மிஸ்டர் போஸ். நான் இன்னும் முடிக்கவில்லை.' போஸ் உடனே உட்கார்ந்து முகத்தைத் துடைத்துக்கொண்டார்.

ஃபெலுடா தொடர்ந்தார்: 'ஷெல்வான்கர் இறந்த மறுநாள் கலிம்பாங்குக்கு போவதாக டாக்டர் வைத்யா சொன்னார். ஆனால், அவர் அங்கே போகவில்லை. அவரது வேஷத்தைக் கலைத்துவிட்டு, சசாதர் போஸ் ஆக மாறி கல்கத்தாவுக்குத் திரும்பினார். அவர் ஏற்கெனவே ஷெல்வான்கருக்கு, 'பதினான்காம் தேதி வருகிறேன்' என்று தந்தி அனுப்பியிருந்தார். இது அவரை பெரிதும் கலக்கமுறச் செய்தது. ஏனென்றால், போஸ் சிக்கிம் வரவேண்டிய தேவையே இல்லை. எப்படி இருந்தாலும், ஒரு சாட்சியத்தை உருவாக்குவதற்காகவே அவர் பதினான்காம் தேதியன்று இங்கு வந்தார். பிறகு, தனது கூட்டாளியின் மரணத்தால் கவலைப் படுவதுபோல் நடித்துவிட்டு, அடுத்தநாள் பம்பாய் போவதாகக் கூறினார். மீண்டும் அவர் போகவில்லை. கேங்டாக்குக்கு அருகிலேயேதான் எங்கேயோ ஒளிந்து கொண்டிருந்தார். மேலும் குழப்பத்தை ஏற்படுத்துவதற்காக, மீண்டும் டாக்டர் வைத்யாவாக வெளியே வந்து, இறந்த வருடன் பேசுவதுபோல் நாடகமாடினார். நான் ஒரு துப்பறியும் நிபுணர் என்பது அவருக்குத் தெரிந்திருந்தது. எனவேதான், இன்னுமொரு பாறாங்கல்லை என் மீது வீசி, இந்த இடத்திலிருந்தே என்னை அகற்றவும் முயற்சி செய்தார். நான் நாதுலா சாலையில் நடந்து போனதை அவர் பார்த்திருக்க வேண்டும். நான் என்ன செய்யப்போகிறேன் என்பதையும் ஊகித்திருக்க வேண்டும். அவர்தான் எங்களைப் பின்தொடர்ந்து ரும்டெக் வந்திருந்தார்.'

ஃபெலுடா பேசி முடிப்பதற்குள்ளாகவே ஒரு பெருத்த அலறல் சத்தம், அதைத் தடை செய்தது. அந்தச் சத்தம் திரு. சர்க்காரிடம் இருந்து வந்ததை அறிந்ததும் நான் ஆச்சரியம் அடைந்தேன்.

'போதும் மிஸ்டர் சர்க்கார். இத்தோடு நிறுத்திக் கொள்ளுங்கள். எனக்கு ஓர் உண்மை தெரிந்தாக வேண்டும். கொலை நடந்த இடத்துக்கு நீங்கள் ஏன் போனீர்கள்?'

யாரோ அவரை சரணாகதி அடையச்சொல்லி குரல் கொடுத்ததைப் போல், சர்க்கார் தன் இரு கைகளையும் உயரே தூக்கினார். பிறகு, உடைந்த குரலில் அவர் சொன்னார்: 'எனக்குத் தெரியாது. அந்தச் சிலை அவ்வளவு மதிப்புடையது என்று அவர்கள் என்னிடம் சொன்னபோது...'

'ஓ! திபெத்திய நிலையத்துக்குப் போய் விசாரித்தது நீங்கள் தானா?'

'ஆமாம். அந்தச் சிலை மிகவும் அபூர்வமான தென்று அவர்கள் சொன்னார்கள். அதனால்தான் நான் நினைத்தேன்...'

'அதனால்தான் விபத்து நடந்த இடத்தில் இறந்தவரிடம் இருந்து சிலையைத் திருடுவதில் தவறில்லை என்று நினைத்துக்கொண்டீர்கள் போலும். அதுவும் ஒரு நேரத்தில் அந்தச் சிலை உங்களுக்குச் சொந்தமாக இருந்தது என்ற எண்ணத்தில், இல்லையா?'

'ஆமாம், அப்படித்தான் நினைத்தேன்.'

'ஆனால், அந்தக் குறிப்பிட்ட இடத்தில் நீங்கள் வேறு யாரையும் பார்க்கவில்லையா?'

'இல்லை சார்.'

'நல்லது. ஆனால், வேறு யாரோ அங்கே உங்களைப் பார்த்திருக் கிறார்கள். நீங்களும் அவரைப் பார்த்திருப்பீர்கள் என்று பயந்து போயிருக்கிறார்கள். அதனால்தான் உங்களுக்கு அந்த அச்சுறுத்தல் கடிதங்கள் வந்தன.'

'ஆமாம், இப்பொழுது புரிகிறது.'

'சரி, அந்தச் சிலை எங்கே?'

'சிலையா! அது எனக்குக் கிடைக்க வில்லையே!'

'என்ன, நீங்கள்...?' மீண்டும் ஃபெலுடாவின் பேச்சு தடைப் பட்டது. இந்த முறை அதற்குக் காரணம் மிஸ்டர் போஸ். அவர் எழுந்து, உட்கார்ந்திருந்த நாற்காலியைக் கீழே தள்ளிவிட்டு, அறையை விட்டு வெளியே ஓடினார். கதவருகில் நின்று கொண்டிருந்த ஹெல்மட்டை அவர் போகிற வேகத்தில் கீழே தள்ளிவிட்டார். வெளியே வராந்தாவுக்குச் செல்லும் ஒரே வழி அதுதான். ஹெல்மட் விழுந்து கிடந்து வழி மறைத்ததால், சுமார் பத்து விநாடிகள் நாங்கள் தாமதிக்க நேர்ந்தது.

நாங்கள் அனைவரும் வெளியே வந்தபோது திரு போஸ் அவரது ஜீப்பில் ஏறியிருந்தார். ஏற்கெனவே வண்டி புறப்படத் தயாராக இருந்தது. இதுபோன்ற ஒரு சம்பவம் நடக்கக்கூடும் என்று அவரது டிரைவரை எச்சரித்துத் தயாராக வைத்திருந்தார் போலும். அவரது ஜீப் திரும்பி காட்டை நோக்கி விரைவாக செல்லத் தொடங்கியது. ஒரு வார்த்தைகூட சொல்லாமல், எங்கள் வண்டிக்கு அருகில்

நின்றுகொண்டிருந்த டிரைவர் தொண்டுப், ஜீப்பை வேகமாக இயக்கினார். போஸை நாங்கள் பின்தொடர விரும்புவோம் என்று அவர் எண்ணியிருக்கக்கூடும். ஆனால், அதற்குத் தேவையில்லாமல் போய்விட்டது. ஏனென்றால், ஃபெலுடா தனது பாக்கெட்டில் இருந்து ரிவால்வரை எடுத்து போஸ் ஏறியிருந்த ஜீப்பின் பின்பக்க டயர்களைக் குறிபார்த்து சுட்டார். டயர்கள் வெடித்து, வண்டி ஒரு பக்கமாகச் சாய்ந்து ஒரு மரத்தில் மோதி நின்றது. போஸ் வெளியே குதித்து மரங்களுக்கிடையே மறைந்துபோனார். அவரது டிரைவரும் வெளியே வந்து, வண்டியை ஸ்டார்ட் செய்யும் கம்பியை எடுத்துக்கொண்டு தயாராக நின்றான். ஃபெலுடா அவனைப் புறக்கணித்துவிட்டு போஸ் சென்ற திசையை நோக்கி ஓடினார். அவரைத் தொடர்ந்து ஹெல்மட், சர்க்கார், நான் ஆகியோரும் ஓடினோம். அப்பொழுது, எங்களது டிரைவர் தொண்டுப், வண்டியை இயக்கும் கம்பியை எடுத்துக்கொண்டு, அந்த டிரைவரை 'கவனிக்க தயாராவதையும் ஓரக்கண்ணால் என்னால் பார்க்க முடிந்தது.

போஸை கண்டுபிடிப்பதற்காக நாங்கள் நால்வரும் நான்கு திசைகளில் ஓடினோம். பத்து நிமிடங்களில் ஹெல்மட் எங்களை அழைக்கும் சத்தம் கேட்டது. நான் அவர் இருக்கும் இடத்தைக் கண்டுபிடிப்பதற்குள் ஃபெலுடா, சர்க்கார் ஆகியோர் ஏற்கெனவே அங்கு வந்து சேர்ந்திருந்தார்கள். ஒருசில அடிகள் தூரத்தில் ஒரு பெரிய மரத்தின் கீழ் திரு. போஸ் நின்றுகொண்டிருந்தார். உண்மையில், அவர் அங்குமிங்குமாக குதித்துக் கொண்டும் கால்களை உதறிக்கொண்டும், கடும் வலியால் துடித்துக் கொண்டிருந்தார்.

அவருக்கு அருகில் சென்றபோதுதான் அதற்கால காரணம் எங்களுக்குத் தெளிவாகியது. அட்டைகள் அவரைத் தாக்கிக் கொண்டிருந்தன. குறைந்தது இருநூறு அட்டைகளாவது அவரது உடலில் ஒட்டிக்கொண்டிருக்கும். கால், கழுத்து, தோள், முழங்கை என உடலின் அனைத்துப் பகுதிகளிலும் அட்டைகள் அவரைத் துன்புறுத்திக் கொண்டிருந்தன. அந்த மரத்துக்கு அருகே தரை வழியாகச் சென்ற தடியான வேர் ஒன்றை ஹெல்மட் சுட்டிக்காட்டினார். ஓடும்போது போஸ் அதில் தடுக்கி விழுந்திருக்கிறார்.

ஃபெலுடா, அவரது சட்டையைப் பிடித்து வெளியே இழுத்து வந்தார். 'ஓடிப்போய் அந்த 'அட்டை விரட்டி' கொம்புகளை எடுத்து வா, சீக்கிரம்!' என்று அவர் என்னிடம் கூறினார்.

நாங்கள் சாப்பாட்டை முடித்துவிட்டு, இப்பொழுது பயணிகள் பங்களாவின் வராந்தாவில் உட்கார்ந்திருந்தோம். ஆர்ச்சிட் பூக்களை ஹெல்மட் புகைப்படம் எடுத்துக் கொண்டிருந்தார்.

தொண்டுப், அருகிலிருந்த நகரத்துக்குச் சென்று போலீஸுக்குத் தகவல் தெரிவித்த பிறகு, திரு. போஸ் அவர்களிடம் ஒப்படைக்கப்பட்டார். அவரது உடைமைகளுக்கு இடையே அந்த யமன்தக் சிலையும் கிடைத்தது. கொலை நடந்த அன்று ஷெல்வான்கரிடம் இருந்து அந்தச் சிலையை எடுக்க அவர் மறந்து விட்டிருந்தார். பிறகு, ஜீப் விழுந்து கிடந்த இடத்துக்குச் சென்று பார்த்தபோது, ஒரு புதருக்குள் அந்தச் சிலை கிடந்திருக்கிறது. அவர் மலையேறிக் கொண்டிருந்த போதுதான் சர்க்கார் அதே நோக்கத்துடன் கீழே பள்ளத்தில் இறங்கிக் கொண்டிருந்திருக்கிறார். அவர் தன்னைப் பார்த்திருக்கக்கூடும் என்ற பயத்தில்தான் அவர் சர்க்காரை பயமுறுத்தவும் எச்சரிக்கவும் தொடங்கி இருக்கிறார்.

போஸுக்கு பம்பாயிலும் ஒரு கூட்டாளி இருப்பது தெரிய வந்தது. அந்த நபருடன் அவர் தொடர்ந்து தொடர்பு வைத்திருந் திருக்கிறார். அந்த நபர்தான் ஃபெலுடாவுடன் போனில் பேசி பதிலளித்ததோடு, கேண்டாக்கில் இருந்த போஸுக்கும் தகவல் கொடுத்திருக்கிறார்.

இந்த விஷயங்கள் அனைத்தையும் விளக்கிய பிறகு ஃபெலுடா, சர்க்காரை நோக்கித் திரும்பினார். 'நீங்களும் ஒருவகையில் சின்னத் திருடன்தான், இல்லையா? உங்கள் நல்ல நேரம் அந்தச் சிலையை உங்களால் கண்டுபிடிக்க முடியவில்லை.'

'என்னை மன்னித்துவிடுங்கள். ஏற்கெனவே எனக்குப் போது மான தண்டனை கிடைத்து விட்டது என்று மிகுந்தக் குழைவுடன் கூறினார் திரு. சர்க்கார். 'என் சாக்ஸ் ஒன்றில் மூன்று அட்டைகள் இருந்ததைக் கண்டுபிடித்தேன். லிட்டர் கணக்கில் அவை என் ரத்தத்தைக் குடித்திருக்கும். உண்மையில் நான் மிகவும் சோர்வாகத்தான் இருக்கிறேன்.'

'அப்படியா! நல்லது. எப்படியிருந்தாலும் உங்கள் தாத்தாவுக்குச் சொந்தமான எதையும் விற்பதற்கு இனிமேல் முயற்சிக்குமாட்டார்கள் என்று நம்புகிறேன். இதோ பாருங்கள், உங்களது பித்தான்.'

இப்பொழுதுதான் சர்க்காரின் மேல் சட்டையில் கடைசி பித்தான் இல்லாமல் இருப்பதை நான் கவனித்தேன். சர்க்கார், அதை ஃபெலுடாவிடம் இருந்து வாங்கிக்கொண்டு, நீண்ட நாள்களுக்குப் பிறகு அவரது வழக்கமான சிரிப்பை உதிர்த்தார்.

'நன்றி!' என்றார் அவர்.

ரேயின் உலகப்புகழ் பெற்ற 20 சிறுவர் கதைத் தொகுப்புகள்

- டார்ஜிலிங்கில் ஓர் அபாயம்
- மகாராஜாவின் மோதிரம்
- கைலாஷ் செளதுரியின் ரத்தினக்கல்
- அனுபிஸ் மர்மம்
- கேங்டாக்கில் வந்த கஷ்டம்
- தங்கக் கோட்டை
- கல்கா மெயிலில் நடந்த சம்பவம்
- கைலாஷில் ஒரு கொலையாளி
- சாவி
- வங்கப்புலி மர்மம்
- பூட்டிய பணப்பெட்டி
- பிள்ளையாருக்குப் பின்னே ஒரு மர்மம்
- பம்பாய் கொள்ளையர்கள்
- பிணம் நடந்த மர்மம்
- கல்லறை ரகசியம்
- தேவியின் சாபம்
- மரண வீடு
- மர்மமான ஒரு குடித்தனக்காரர்
- காத்மாண்டு கொள்ளையர்கள்
- நெப்போலியனின் கடிதம்